जीवदान

आणि इतर गोष्टी

मधुमती शिंदे

मेहता पब्लिशिंग हाऊस

JEEVDAAN ANI ITAR GOSHTI
by Madhumati Shinde

जीवदान आणि इतर गोष्टी / बालसाहित्य
मधुमती शिंदे, २२४/ई, ताराबाई पार्कसमोर
शिंदे बंगला, कोल्हापूर ४१६ ००३

प्रकाशक : सुनील अनिल मेहता
मेहता पब्लिशिंग हाऊस, १९४१, सदाशिव पेठ,
माडीवाले कॉलनी, पुणे ३०
☎ ०२०-२४४७६९२४
E-mail : author@mehtapublishinghouse.com
Website : www.mehtapublishinghouse.com

मुद्रक : स्पेक्ट्रम ऑफसेट, एरंडवणा, पुणे ०४

प्रथमावृत्ती : एप्रिल २०१९

मुखपृष्ठ व आतील चित्रे : सरदार जाधव

पाच पुस्तकांचा संच

दड्डी हे गाव महाराष्ट्र व कर्नाटकच्या सीमेवर वसलेलं जरासं मागासलेलं गाव. तरीपण थोडं दूधदुभतं, थोडीफार शेतीभाती आहे. बेरड व धनगर जातीचे तेथील लोकही समाधानी व साधे आहेत. ना धर्म, ना कूळ, ना उच्च, ना नीच. भेदभाव न करता गुण्यागोविंदानं राहत आहेत. गावाला वळसा घालत घटप्रभा नदी बारा महिने तुडुंब भरून वाहून आजूबाजूच्या परिसराला तृप्त करीत आहे. तिचं पात्र रुंदीला भलं मोठं; त्यामुळे गावाला पाण्याची कमतरता नाही. तिच्याशेजारी गर्द जंगल, दाट झाडी. त्यात छोटी-मोठी जनावरं, ससे, भेकर, हरिण, रानडुकरं सर्व जण राहतात.

दुपारची उन्हं चढत होती. गाव तसं शांत झालं होतं. म्हातारी माणसं एका कट्ट्यावर बसून चिलीम फुंकत होती. तेवढ्यात एक पांढऱ्या रंगाची लांबलचक मोटार येऊन त्यांच्यासमोर उभी राहिली. गाडीकडे बघत असताना एका म्हाताऱ्याच्या चिलमीतील विस्तव अंगावर पडतो. ते झटकायला तो उभा राहतो, तेव्हा गाडीतला गृहस्थ म्हाताऱ्याच्या जवळ येतो व म्हणतो,

"यशवंत पाटलाचं घर कुठं आहे? मला दाखवता काय?"

तो म्हातारा त्या गृहस्थाला घेऊन यशवंत पाटलाच्या घरी जातो व उलटपावली परत येतो. म्हातारा मनातल्या मनात म्हणतो, 'जेवढे माणसाचे व निसर्गाचे संबंध आहेत, त्यापेक्षा कितीतरी अधिक पैलूंमध्ये हे संबंध व्यापक आहेत. आपल्या अस्तित्वापेक्षा निसर्गाचं अस्तित्व महत्त्वाचं आहे. मानवी जीवनाला पोषक व जीवनाचा अर्थ समजावून सांगणारे असे हे वृक्ष आहेत. निसर्गाचा वर्तमान बदलत असतो. त्या बदल्यात चैतन्य व नवनिर्मितीचं बीज पेरलेलं असतं; म्हणूनच त्याचं आपण रक्षण करावं. पाटलाच्या डोक्यात कुणीतरी कीड घातली आहे. हा चांगला माणूस पैशाच्या आहारी जाणार. गावाच्या आजूबाजूची वृक्षवल्ली हव्यासापोटी नष्ट करणार. माणूस आणि झाडं यांचा युगानुयुगांचा संबंध नाहीसा करणार.''

लाकडाचा व्यापारी पाटलाच्या वाड्यात प्रवेश करतो. तो भव्य, जुना, लाकडी वाडा बघून व्यापारी पाटलाची कुवत ओळखतो.

पाटील म्हणतो, ''या, मी तुमचीच वाट बघत होतो. हा आमचा तीन पिढ्यांचा वाडा. संपूर्ण लाकडाचाच आहे. उन्हाळ्यात गारवा नि थंडीत ऊब हे याचं वैशिष्ट्य आहे; पण याला आता डागडुजीची गरज आहे.''

व्यापारी म्हणतो, ''अशा खापऱ्यांच्या मोडक्या वाड्यात राहण्यापेक्षा तू काँक्रीटचा बंगला बांधशील. चारचाकी गाडी घेशील. पन्नाशीला आलास तरी, तू अजून दुचाकी गाडी घेऊन फिरतोस.''

पाटील म्हणतो, ''माझ्या आई-वडिलांची समजूत घालून तुम्हाला टपाल धाडलं होतं. झाडांचा सौदा आपण पक्का करायचा.''

पाटील व तो व्यापारी 'झाडं कधी तोडायची... किती माणसं लागणार... सौदा कधी होणार...' असं बोलत नदीच्या किनारी येतात. दाड झाडांची हिरवी सावली सगळीकडे निवांत पसरलेली होती. हातात हात गुंफून पानांनी झाडांच्या माथ्यावर फेर धरला होता. तप्त उन्हातही जमीन गार होती. नदीकिनारी झाडाझुडपांनी आपला तळ ठोकला होता. झुडपात बसलेली पाणकोंबडी त्या दोघांचं संभाषण ऐकत होती. गावातलं चिटपाखरू पण तिथं नव्हतं. आता पाटील व व्यापाऱ्याला मोकळेपणानं बोलायला हरकत नव्हती. दोघांचं संभाषण ऐकून एक भित्री पाणकोंबडी घाबरून लांब पायांवर ढांगा टाकत, आपल्या छोट्या शेपटीला झटके देत व मान हलवत आपल्या पिलांकडे पळत जाते.

अंधकार गर्द झाडीतून धीम्या गतीनं पृथ्वीवर उतरत असतो. पृथ्वी गार वाऱ्यानं मोहरून जाते. तिने उन्हाचे चटके सोसले होते व तो गार वारा तिला हवाहवासा वाटतो. तिच्या निळ्याशार रूपामध्ये चंद्रम्याचं पांढरंशुभ्र प्रतिबिंब नदीला भेटायला उतरलं होतं. तिला तिच्या पोटात त्या चंद्राचं शीतल प्रतिबिंब सामावून घ्यायचं होतं. पानांची सळसळ, नदीचा खळखळाट वातावरणाला सोबत देत होता.

पाणकोंबडी हे सर्व दृश्य पाहून म्हणते, ‘‘परमेश्वरा, तूच खरा चित्रकार आहेस. पहाटेचं कोमल, रंगीबेरंगी रूप, दुपारचं क्रोधित रूप व रात्रीचं शांत, विलोभनीय, शांत रूप. आपल्या सर्व जिवांना गाढनिद्रा येण्यासाठी अंधकार तू पृथ्वीवर पाठवतोस. याबरोबरच तू रंगांच्या अनेक छटा दाखवतोस; पण उद्या हीच माणसं हे दृश्य एका क्षणात नष्ट करतील.’’ हा विचार करीत पिल्लांबरोबर ती झोपी जाते. हळूहळू पहाट गगनात पसरू लागते. पक्ष्यांचा किलबिलाट झाडावरून उडून दाही दिशांना निघून जातो. झाडं हताश होऊन आपल्या फांद्या व पानं हलवू लागतात. त्यांचे अश्रू पाणकोंबडीच्या अंगावर पडतात. पाणकोंबडी चमकून वर बघते आणि म्हणते,

‘‘आता पावसाचा ऋतू नाही की दवाचा, मग हे थेंब कुठले?’’

तिची नजर वर जाते, तर झाड रडत असतं. झाड म्हणतं, ''माझे उद्या हात-पाय तुटतील व एका भल्यामोठ्या वखारीत मशिनवर माझे तुकडे होतील. तू दुसरीकडे स्थलांतर करू शकतेस; पण माझं काय? हा मनुष्य एका दमात आमची वसाहत नष्ट करील. आम्ही मनुष्याला फळं, फुलं, सावली दिली; तोच मनुष्य आमच्या जिवावर उठला आहे.''

पाणकोंबडी म्हणते, ''आपण मनुष्यासमोर हतबल आहोत. माझ्या पिल्लांना पैलतीरी न्यावं म्हणते.''

झाड म्हणतं, ''कासवदादाला सांग, तो तुला नक्कीच मदत करील.''

पाणकोंबडी म्हणते, ''कासवदादा, माझ्या पिल्लांना पैलतीरी न्यायला मदत करशील का?''

कासव म्हणतं, ''का? इथं छान घर वसवलं आहेस की!''

पाणकोंबडी म्हणते, ''उद्या तो लाकडाचा व्यापारी सर्व झाडांची कत्तल करणार आहे. त्या पाटलानं झाडं विकली आहेत. माझी पिल्लं एका क्षणात झाडांखाली चिरडली जातील.''

कासव म्हणतं, ''घाबरू नकोस, मी व माझा दोस्त तुला नक्की मदत करू.''

पहाटेला पक्ष्यांचा किलबिलाट तिला ऐकू येतो. तिनं रात्र तशीच जागून

काढलेली असते. ती केव्हापासून पहाटेची वाट पाहत असते. आपले पंख हलवून पिलांना घेऊन तुरुतरू नदीकाठी जाते. कासव व त्याची पत्नी तिची वाट पाहत असतात. त्यांना बघून तिला आनंद होतो.

कासव म्हणतं, "चला, दोन पिल्लांना माझ्या पाठीवर व दोन पिल्लांना हिच्या पाठीवर बसव. पिल्लांनो तुम्ही घट्ट पकडून बसा."

पाणकोंबडी आपले लांब पाय कमळाच्या पानांवर ठेवत अलगद उड्या मारून कासवाच्या पाठोपाठ पैलतीरी पोहोचते. पैलतीरी पोहोचल्यावर पाणकोंबडी पुढे जाऊन एका झुडपाची टेहळणी करते व पिल्लांना त्या झुडपात सुखरूप बसविते. कासव व कासवीण आनंदानं आपल्या घरी परततात. एक सत्कर्म केल्याचा त्यांना आनंद होतो.

दड्डी गावावर उन्हं हळूहळू चढत असतात. त्यात धुळीचा लोट मिसळत गावाची शांतता भंग करीत चार-पाच ट्रक आपल्या गोंगाटासहित नदीकिनारी पोहोचतात. त्याबरोबरच तीस-चाळीस माणसं कुऱ्हाडी घेऊन झाडांच्या

भोवताली उभी राहतात. पैलतीरी हा गोंगाट पाणकोंबडीला ऐकू जातो. झाडं कळवळून रडत असतात. ती झाडं भुईसपाट केली जाऊन ट्रक भरून लाकडं शहराकडे नेली जात होती. बघता-बघता एका आठवड्यात ती गर्द हिरवी झाडी होती का नव्हती, असं दृश्य दिसू लागतं.

महिन्यामागून महिने उलटतात. त्याचबरोबर वर्षे उलटत जातात. गावातला शेतकरी आकाशाकडे डोळे लावून पावसाची वाट बघत राहतो. उन्हाचे चटके वाढतात. आभाळ भरून येत असतं; पण काळे ढग पोटात पाणी घेऊन न थांबता, ते गाव सोडून दुसरीकडे वाऱ्याबरोबर सरकतात. पाऊस तिथे थांबतच नसतो; त्यामुळे पिकं होरपळून जातात. शेती ओस पडू लागते. तरुण वर्ग गाव सोडून अन्नासाठी दाहीदिशा निघून जातो. राहतात ती फक्त म्हातारीकोतारी.

पाणकोंबडीचं चित्त या दङ्गी गावाकडेच लागलेलं होतं. ती मनातल्या मनात म्हणते, ''केवढं विलोभनीय गर्द झाडीचं दृश्य होतं. नदीवर गाई-म्हशी घेऊन

मुलं पोहायला यायची. बायका कपडे धुवायला यायच्या. आता सर्व चित्रच बदललंय. आता फक्त भलं मोठं पटांगण धूळ उडवत बसलं आहे. या स्वार्थी माणसांनी पैशासाठी झाडं तोडून सर्व सृष्टीचा नाश केलाय. आता थोड्याच कालावधीत त्याला याचं फळ भोगायला लागेल.''

मनुष्य स्वार्थापोटी, हव्यासापोटी बघता बघता हिरव्या पृथ्वीचा झपाट्यानं नाश करायला लागला आहे. निसर्ग आपल्याला प्रेमापोटी दोन्ही हातांनी भरभरून देतो; पण याची आपण कदर करीत नाही. उन्हाच्या प्रखर, सोनेरी किरणांच्या सैन्याला थोपविण्यासाठी परमेश्वरानं वृक्षांना मनुष्य व सृष्टीच्या संरक्षणासाठी पृथ्वीतलावर हे हिरवेगार नटलेले, डोळ्यांना आल्हाददायक वृक्ष दिले आहेत.

तात्पर्य - निसर्गाचे जतन करावे.

धीर

जानेवारी महिना संपत आला. संक्रांतपण गेली. उत्तरायण सुरू झालं. हळूहळू गारवा वस्ती सोडून धीम्या गतीनं दुसऱ्या प्रदेशाकडे चाहूल देऊ लागला. सूर्यानं आपला कुंकुमय भगवा रंग चारी दिशांना उधळला होता. उन्हाचा तडाखा मी म्हणत होता. सारी धरती त्याला तोंड देत संयमानं राहत होती. गावाच्या नदीच्या पाणवठ्याचे छोट्या-छोट्या डबक्यांत रूपांतर झालं होतं. गावाचं काळंभोर पसरलेलं शिवार पिकांअभावी उघडंबोडकं वाटत होतं. रामूच्या शेतात बांधाला सागाची रांग तटस्थपणे उभी होती. त्याची वाळलेली पानं उन्हामुळे हळदीसारखी पिवळीधमक दिसत होती. एक-एक पान वाऱ्याच्या झोताबरोबर गिरक्या घेत जमिनीला भेटायला येत होतं. पहाटेला, पक्ष्यांचा थवा दूरवरून येताना साग पाहतो. त्याला वाटतं, आता ते माझ्या अंगाखांद्यावर येऊन बसतील; पण तो थवा न थांबता त्याच्यावरून सहजपणे पुढे जातो. त्याच्याकडे दुर्लक्ष केल्यामुळे त्याला दुःख होतं व आपल्या गळून पडलेल्या पानांकडे तो एकटक पाहू लागतो.

आकाशातून अनेक तऱ्हेचे पक्षी उडून जात असतात. अचानक सागाच्या खांद्यावर हळुवारपणे येऊन कुणीतरी आपल्या नाजूक पायांनी फांदीला धरून बसतं. तो असतो 'शिंपी' पक्षी. पांढरं पोट, डोक्यावर तपकिरी रंग व टोकदार चोच. तो शिंपी खूप दमलेला व तहानेनं व्याकूळ झालेला असतो.

साग म्हणतो, "मित्रा, दूरवरून आलास. बऱ्याच दिवसांनी तुझं दर्शन झालं. जरा दम घे. माझी अशी अवस्था पाहून कुणीच माझ्या अंगावर बसून हितगुज करेना. मी एकटा पडलोय. हा पानगळीचा महिना. जाडजूड हिरवीगार पाने निर्जीव होत चालली आहेत. तू आलास, बरं वाटलं. अंगावर कुणीतरी फिरलं, की आपण जिवंत आहोत, याचं भान राहतं."

शिंपी म्हणाला, ''मित्रा, असा दु:खी होऊ नकोस. पृथ्वीवरच्या प्रत्येक जिवाला आपलं शरीर थकणार, हे माहीत आहे; पण थोड्याच दिवसांनी हे जीर्ण झालेलं तुझं रूप नवी हिरवीगार पालवी घेऊन तरुणासारखं नटून उभं राहील. अंधार जसा थोडा काळच थांबून प्रकाशाला परत मार्ग देतो, तसंच तुझं हे थकलेलं शरीर परत नवचैतन्य घेऊन येईल.''

साग म्हणाला, ''अरे, पण माझ्या शेजारचं ते लिंबोणीचं झाड कडू असूनही टवटवीत आहे. आंब्याच्या झाडालाही मोहर आला आहे; पण....''

शिंपी म्हणाला, ''प्रत्येकाची पडझडीची वेळ येते. देवानं सर्वांना एकसारखेच नियम आखले आहेत. कुणी आधी, तर कुणी नंतर. तू फक्त स्वत:कडे लक्ष दे. तुलना करू नकोस व आलेल्यांना आसरा दे.''

शिवारात आता अचानक शिरलेल्या चक्री वादळात झाडांची असंख्य वाळलेली पानं आकाशात दूरवरून भिरभिरली व वादळ शमताच ती खाली पडली. सागाच्या असंख्य पानांबरोबर शेजारी असलेल्या लिंबोणीची इवलीशी पानं सागाच्या पानांत मिसळतात व धरतीवर विखुरतात.

लिंबोणीचं झाड सागाला उद्देशून म्हणतं, ''बघितलंस, मी तुझ्यापासून थोड्याच अंतरावर आहे; पण भेटू शकत नव्हतो. या वादळामुळे आपली पाने एकत्रितपणे मातीत मिसळून गेली. पृथ्वीचा नियमच समतोलपणाचा आहे. सृष्टी ही जेवढी विलोभनीय आहे, त्याचबरोबर ती रुद्र आहे नि भकास भासते.''

साग म्हणतो, ''मी उघडाबोडका झालो तर निवाऱ्यासाठी असंख्य पक्षी येणार नाहीत. दूरवरच्या गमतीजमती ऐकायला मिळणार नाहीत. पालवी फुटेपर्यंत असंच तटस्थ राहायचं, उन्हाचे चटके खात. माझ्या भल्या मोठ्या हिरव्यागार पानांमुळे उन्हापासून संरक्षण मिळायचं. आता फक्त त्यापासून तापत राहायचं. तिन्हीसांज केव्हा होते याची आतुरतनं वाट पाहायची व जमेल तेवढा गारवा प्यायचा.''

शिंपी म्हणाला, ''बघ, तू खूप सहनशील आहेस. या प्रखर उन्हात तटस्थ उभा आहेस. दुसरं कोणी असतं, तर कोलमडून पडलं असतं. तुझी मुळं जमिनीत खोलवर रुतली आहेत. त्यामुळे तुझी तहान तू भागवू शकतोस. चल, मी आता निघतो व उद्या नक्की येऊन तुला दूरवरच्या गमती सांगतो.''

तिन्हीसांज आपलं विलोभनीय, शांत रूप घेऊन खाली उतरते. पक्षी, वेली, झाडं आतुरतेनं तिची वाट पाहत असतात. गार गार वारा त्यांच्या अंगाखांद्यावर फिरून त्यांना गारवा देतो. पृथ्वी व माती सुखावते. बघता-बघता सारे जीव दमूनभागून निद्रेच्या अधीन होतात.

पहाटेची मंजूळ धून सागाच्या कानांवर पडते. कोकिळ पक्ष्याचा कुहूकुहू असा मधुर स्वर त्याच्या कानी पडतो. आंब्याचा मोहर तिला खुणवत असतो व कोकीळ तल्लीन होऊन पृथ्वीसाठी सूरमयी गीत गात असतो.

आंब्याचं झाड सागाला म्हणतं, ''मी केव्हापासून तुझं दु:खंभरं गाऱ्हाणं ऐकत होतो. लिंबोणीच्या झाडाकडे व छोट्या पक्ष्याकडे तक्रार करत होतास. अरे वेड्या, परमेश्वरानं तुला सहन करायची ताकद दिली आहे, म्हणून तर न डगमगता ताठ उभा आहेस व आज बघ हा कोकीळ आपल्या सर्वांसाठी मंजूळ गीत गात आहे. परमेश्वरानंच तिला या तप्त उन्हात आपलं दु:ख विसरायला पाठवलं आहे. तो केवढा छोटासा जीव! पण दुसऱ्याचं मन प्रसन्न करण्यात मग्न असतो. चल, अंगावरची मरगळ झटकून टाक व हे गीत ऐक. एवढा कृपाळू परमेश्वर आपल्या पाठीशी असताना कशाची भीती? हे तुझे दिवसही जातील व परत नटून तू पक्ष्यांसाठी उभा राहशील. धीर धर, बस्स. तू ताठ आहेस. तुझ्या फांद्या आमच्यासारख्या सैरावैरा पळत नाहीत व टिकाऊ आहेत. धीर धर सागा.''

तात्पर्य - धीर धरावा.

जीवदान

उज्जैन प्रदेशातील आडबाजूच्या उंच डोंगराचा उतार, त्याच्या पायथ्याशी विस्तीर्ण पेरूच्या बागा व गव्हाची शेती; त्यामुळे पक्ष्यांच्या वस्तीला सोयीची जागा होती. उबदार सूर्यप्रकाश असलेले 'क्षिप्रा' नदीच्या काठी वसलेले हे गाव.

सूर्याचा गोळा नुकताच उगवल्यागत हळूहळू वर चढत होता. संथ लाटांवर त्याचे प्रतिबिंब चमकत होते. थोड्याच वेळात पोपटाच्या म्होरक्याने विशिष्ट आवाज काढून आदेश दिला व पक्ष्यांची झुंड पेरूच्या बागांवर सरसावली. पक्ष्यांच्या किलबिलाटाने व पंखांच्या फडफडण्याने परिसर गजबजून गेला.

शिवाचे घर त्या शेतीच्या मध्यभागी वसलेले होते. पक्ष्यांचा थवा बागेत उतरताना बघून शिवाच्या वडिलांनी त्याला आदेश दिला.

“पळ रे पळ. पक्षी सर्व पेरूंचा फडशा पाडतील. हे दररोजचं तुझं काम तू करायला पाहिजेस.”

थंडीच्या मोसमामध्ये पेरूची बाग फळांनी लगडलेली असते. बाजारात नेऊन विकायला पेरू तयार असतात; पण त्याआधीच या पोपटांचा थवा येऊन त्यावर हल्लाबोल करतो. त्यांच्याजवळ ना दुर्बीण, ना मोबाईल; पण सर्व जण एकजुटीनं दूरवरून कसे एकत्र येतात, हा मोठा प्रश्न आहे.

शिवा म्हणतो, “काळजी करू नका, पिताजी. माझ्या दोन सवंगड्यांनाही मी बोलावलं आहे. माझा हा मोती कुत्रा त्यांना पळवून लावण्यात तरबेज आहे.”

शिवा व त्याचे मित्र आपली गलोल घेऊन पेरूच्या बागेत जातात व बघतात, तर ते पोपट किलबिलाट करीत एकाग्रतेने पेरू खाण्यात मग्न होते. मुले जवळ

आलेलीदेखील त्यांना कळले नाही. हिरवेकंच शरीर, त्या हिरव्या पेरूंचा लालभडक चोचीने आस्वाद घेत होते. शिवा व त्याच्या मित्रांनी गलोल आणली व त्यांच्या दिशेने हुसकावण्यासाठी दगडांचा वर्षाव केला. बघता-बघता सर्व पोपटांचा जथ्था आकाशात उंच भरारी घेऊन दूरवर निघून गेला.

अचानक त्या झाडाच्या फांदीमधून एक घायाळ झालेला पोपट खाली पडला. मोती कुत्रा त्याच्याजवळ धावून जातो. शिवा चाणाक्षबुद्धीने त्या पोपटाजवळ जाऊन त्याला उचलतो. तो केविलवाणा पक्षी मान टाकून रक्तबंबाळ अवस्थेत पडलेला असतो.

पोपट मनातल्या मनात म्हणतो, 'रक्तबंबाळ, ओल्या पंखांनी मी आता उडू शकत नाही. दिवसभराच्या श्रमांनी मस्तपैकी आकाशात विहार करीत होतो.' त्याने थोडा ताण देऊन पंख आणखी फुलवले. स्नायूंना कळ जाणवली. पंखांनी बचावात्मक हालचाल केली; पण तो लटपटला नि जमिनीवर कोसळला. उडण्यासाठी तो निरनिराळे प्रयोग तो करू लागला. गुजगोष्टी करणारा वारा त्याला प्रोत्साहन देत होता; पण त्याला उठणे अशक्य होत नव्हते. आपण थव्यापासून वेगळे पडलो. आता सारे जण आपल्याला हसतील. आई-वडिलांना दु:ख होईल. एक पेरू जरासा खाल्ला त्याचा हा परिणाम. पोट भरण्यासाठी लागणारे अन्न आम्हा पक्ष्यांनाच मिळवावे लागते. देवाने आपल्याला पंख दिले आहेत, तेच मुळी अन्न शोधता यावे म्हणून; पण तेच आता अर्धे फाटलेले व जखमांनी भरलेले आहेत. आता त्या मुलाच्या हातात माझं आयुष्य ठरणार.

त्याने आपली मान वर करून शिवाकडे पाहिले. शिवा त्याचे रक्तबंबाळ पंख मलमलीच्या एका फडक्याने पुसत होता. पुसून झाल्यावर शिवाने पिसे गळून पडलेल्या ठिकाणी व जखमांवर घरातून औषध आणून लावले व त्याला पाणी

पाजले. त्याला आपल्या आई-वडिलांची तीव्रतेने आठवण झाली. घराकडे परतण्याची पण घाई झाली होती. शिवाचा चिमुकला मायेचा हात त्याच्या पाठीवरून फिरू लागला. पोपटाला कळून चुकले की,हा मुलगा नक्कीच मला जीवदान देईल.

शिवा म्हणतो, ''मोती, हा आजपासून तुझा दोस्त. याची काळजी घे. तुझ्यातला ब्रेडचा तुकडा याच्याबरोबर वाटून खा.''

पोपटाला घेऊन शिवा घरात गेला. आईची जुनी साडी मागून घेतली व एका बुट्टीत त्या पोपटाला झोपविले. त्या उबेमुळे दमलेला, घायाळ झालेला पोपट लगेच झोपी गेला. त्या बुट्टीशेजारी मोतीसुद्धा झोपला. शिवा दिवसभराच्या श्रमांनी थकला होता. सूर्यास्त होत होता. जेवण झाल्याबरोबर पोपट व मोतीजवळ तोही झोपी गेला.

चंद्र आता चांगलाच वर आला होता. आभाळ चांदण्यांनी गच्च भरलं होतं. हवेत गारवा होता. वातावरणात शांतता होती. मध्येच रात्रीच्या अंधाराला भेदून

जाणारा घुबडांचा आवाज पोपटाच्या कानांवर पडला. अपयश, वेदना व दुःख यांची त्याला एकदम जाणीव झाली व घाबरून त्याने लहान पंख फडफडवले व भेदरलेला आवाज काढला. त्या आवाजाबरोबर शिवा एकदम जागा झाला व त्याला आपल्या पोटाजवळ घेतले. शिवाच्या उबेनं त्याला आधार वाटला. त्याला शिवाबद्दल कृतज्ञता दाटून आली. त्याला खात्री वाटली की, आपण उत्साहाने आकाशात झेप घेऊ व आई-वडिलांना भेटू.

पाच-सहा दिवस शिवा डोळ्यांत तेल घालून त्याची शुश्रूषा करीत होता. मोती व त्याची घनिष्ठ दोस्ती होते. सकाळ झाली की, पोपट मोतीच्या पाठीवर बसून घरभर शिवाच्या भोवती फिरायचा. मध्येच आपली चोच मोतीच्या कानात टोचायचा व त्याला गुदगुल्या करायचा. हळूहळू पोपट त्या घरात चांगलाच

रुळला. बघता-बघता काळ गेला. आता तो आपले पंख हळूहळू फैलावू लागला. हवेत उंच भरारी घेऊ लागला. परत येऊन मोतीच्या पाठीवर बसू लागला. पुन्हा हवेत अलगद तरंगू लागला. अचानक पोपटांचा एक थवा ढगांवर त्याच्यासोबत फिरू लागला. हे बघून शिवाला आनंद झाला. एकीकडे आपल्या हातून एका जिवाला वाचवल्याचा आनंद, तर दुसरीकडे त्याचा मित्र पोपट त्याच्याबरोबर राहणार नाही, याचं दुःख होतं. या विचारात असतानाच पोपट गिरक्या मारत त्याच्या खांद्यावर येऊन बसला व चोचीने त्याच्या गालांवर टिचक्या मारू लागला. शिवा म्हणाला, "अरे हो! मला वाटलं तू आता तुझ्या मित्रांबरोबर आम्हाला सोडून जाणार. तू माझा दोस्त म्हणून राहावंस असं मला वाटत होतं; पण तुला तुझ्या आई-वडिलांची आठवण येत असेल ना?"

मोती दोघांचं संभाषण ऐकून पोपटाला म्हणाला, "तू जखमी असताना तुझे सवंगडी तुला सोडून गेले व या शिवानं तुला जीवदान दिलं, म्हणून आज तू

जिवंत आहेस. तू, मी व शिवा आपण तिघे मित्र आनंदानं राहू या. तुला मनात येईल तेव्हा तू तुझ्या मित्रांना भेटून परत येत जा. तुला ताजे पेरू व हिरवी मिरची शिवा दररोज खायला देतो, तसा देत जाईल. तुझे मजबूत पंख आता शत्रूपासून बचाव करतील. कदाचित परमेश्वराला आपण एकत्र मिळून राहावंसं वाटलं, म्हणूनच तू त्या पेरूच्या बागेत आलास, जखमी झालास व त्यामुळे शिवाची, माझी व तुझी दोस्ती जमली. ही दोस्ती अशीच टिकावी, असं मला मनापासून वाटतं.''

शिवा म्हणतो, ''देवानं प्रत्येकासाठी एक मार्ग आखून दिला आहे. तो बदलण्याचा आपण प्रयत्न करता कामा नये. तू तुझ्या आकाशात आनंदानं भिरभिरत राहा.''

तात्पर्य - जीवदान श्रेष्ठ दान.

चोरी

भल्या पहाटे कृष्णाला जाग आली. आज तो नेहमीपेक्षा लवकरच उठला. आकाशात सूर्याचं आगमन झालं नव्हतं; पण आता नुकतंच ढगांमधून त्यानं आपल्या सोनेरी छटा चोहीकडे पसरवायला सुरुवात केली होती. कोंबड्याचं आरवणं, पक्ष्यांची किलबिल व त्यातच कोकिळाची मंजूळ साद.

कृष्णाला काल हेरून ठेवलेले पाटलाच्या बागेतले आंबे दिसत होते. काल शेतावरून येताना त्याने ते हेरले होते.

आई म्हणाली, ''जरा झोप लेका. अजून दिवस उजाडायचा आहे.''

कृष्णा म्हणाला, ''नाही आई, बैलांना नदीवर नेऊन धुऊन आणतो. येईस्तोवर न्याहरी तेवढी बांधून दे. शेतात जाऊन झाडांना आळी पण करतो.''

कृष्णा हा आठ-दहा वर्षांचा, काळासावळा; पण रेखीव चेहऱ्याचा, तरतरीत मुलगा. त्याला शिकायची अजिबात गोडी नव्हती. कसाबसा तो चौथी पास झाला. शाळा आणि मास्तर म्हणजे त्याला वैरी वाटत. त्याचा धाकटा भाऊ विष्णू अभ्यासात हुशार. कृष्णाला बापानं प्रथम प्रेमानं व नंतर रागावून शिक्षणाचं महत्त्व सांगितलं, तरी त्याला ते पटलं नाही. शेवटी बापानं हताश होऊन आपल्याबरोबर त्याला शेतात काम करायला सांगितलं. त्याला निसर्गाची अतिशय आवड होती व त्यात तो समरस व्हायचा. पक्षी, झाडं, फळं यांचं त्याला वेड लागलं होतं. अनेक पक्ष्यांचा आवाज तो हुबेहूब काढायचा व तास न् तास झाडाखाली बसून त्यांचं निरीक्षण करायचा. त्याचबरोबर शेतात पण तो मनापासून काम करू लागला. दोनाचे चार हात शेतीच्या कामात झाले, त्यामुळे कृष्णाच्या बापाला बरं वाटलं.

कृष्णानं शेतात जाऊन आपली छोटीशी झोपडी साफसूफ केली. त्याचा बाप नांगर धरून शेत नांगरत होता. बाप घामाघूम झालेला बघून कृष्णा बापाला म्हणला, "न्याहारी आणली आहे, ती खा. जरा दमलायस. आता मी औत मारतो."

बाप म्हणतो, "बरं, ये लेकरा. आज पाठ लई दुखतीये. बेतानं शेत नांगर."

कृष्णा झपाझप पावलं टाकत शेतात शिरला. बैलांना त्यानं हळुवार हातानं माया केली व गाणी

म्हणत नांगर हाकू लागला. उन्हं चढू लागली, तसं कृष्णानं धापा टाकत एका फणसाच्या झाडाजवळ जाऊन बैल बांधले. त्यांना वैरण टाकून बापाजवळ आला. कृष्णा म्हणाला, ''बाबा, तू पण जरा नीज. मी पाय मोकळे करून येतो,'' असं म्हणत तो सुसाट पाटलाच्या आंब्याच्या बागेत जाऊन पोहोचला. आजूबाजूचा कानोसा घेतला. शेजारचे सर्व शेतकरी झाडाच्या सावलीत निवारा घेत होते. कृष्णा दबक्या पावलानं त्यांची नजर चुकवून आमराईजवळ आला. कुंपणाखालून आत जाणार, तेवढ्यात त्याला एक सरडा दिसला. तो आरामात ऊन खात बसला होता. मान वर करून तो मानेचा फुगा फुगवत होता. शेपटीचे

टोक आपटत होता. आपले रंग पण बदलत होता. त्याचे बदलते रंग बघून कृष्णाला आश्चर्य वाटलं.

कृष्णा म्हणाला, 'आयला, जादूगार हाय की काय ! क्षणाक्षणाला परिसराप्रमाणे रंग बदलतोय. मस्तवाल लडदू रखवालदारासारखा कुंपणावर बसलाय. आता याचं डोकंच फोडतो.'

कृष्णानं गलोल घेऊन नेम धरून सरड्याला दगड मारला. दगड सुटला व खोडावर आपटून खाली पडला. त्या वेगानं सरडाही दचकून पडला व नाहीसा झाला. कृष्णा आता आंब्याच्या झाडाखाली पोहोचला. झाड आंब्यांनी लगडलेलं होतं. कृष्णाच्या तोंडाला पाणी सुटलं. तो गलोल सरसावून नेम धरून आंबे पाडायच्या विचारात होता, तेवढ्यात एक अर्धवट खाल्लेला आंबा त्याच्या डोक्यावर पडला. वर बघतो, तर माकडांची आंब्याची मेजवानी चालली होती.

कृष्णा मनातल्या मनात म्हणाला, 'यांचं आपलं बरं आहे. ना शाळा, ना कुणाची भीती. मनात येईल त्या बागेत जायचं नि तऱ्हेतऱ्हेची फळं मनसोक्त खायची.'

कृष्णाच्या कानांवर बागवानाचा आवाज ऐकू आला. कसेबसे चार आंबे शर्टात भरून तो पळायच्या बेतात असताना, त्याच्या पायावर एक जोरात काठी पडते. तो कळवळून ओरडतो व खाली पडतो.

कृष्णा म्हणतो, "चार-पाच तर आंबे घेतलेत; काय सोनं चोरलंय?"

पाटील म्हणतो, "शाळा नाही, शेतात काम करायचं नाही. नुसतं उंडारत राहायचं नि दुसऱ्याच्या बागेत चोरी करायची. तुझा बाप केवढा देवमाणूस आणि तुला ही चोरीचा सवय कशी लागली?"

कृष्णा म्हणतो, "मला माफ करा. तुम्हाला विचारून आंबे काढले असते, तर तुम्ही नाही म्हटलं नसतं. मी हावरटासारखे घाईने आंबे काढले. मला चांगलाच धडा दिला तुम्ही. मी यापुढे चोरी करणार नाही. काका, वर बघा. माकडांनी किती आंबे खाल्ले व किती अर्धे खाऊन खाली टाकले. त्यांना आधी हाकला."

पाटील म्हणतो, "चल लेका, दोघं मिळून त्यांना हाकलू या."

कृष्णाचा एक दगड भिरभिरत माकडाच्या टोळक्यात पडतो. माकडं तोंड विचकावत, शेपट्या उंच करीत, उड्या मारत दूर निघून जातात.

कृष्णा म्हणतो, "काका, माकडांनी किती नुकसान केलं तुमचं! तुम्ही त्यांना काठीनं मारू शकला असता. मी लहान म्हणून तुम्ही मला काठीनं मारलं, फक्त चार आंब्यांसाठी."

पाटील त्याला जवळ घेऊन प्रेमानं म्हणाले, ''नाही रे लेका, कुणाचीच चोरी करू नये. तू कष्ट करावेस. बापाचं ओझं कमी करावं. उडाणटप्पूपणा सोडावा. स्वत:च्या कष्टांनी खूप मोठा व्हावंस म्हणून.''

कृष्णा पाटलांनी दिलेले आंबे घेऊन नदीच्या काठावर आला. सूर मारून तो मनसोक्त नदीत पोहला. आंबेही त्याबरोबरच स्वच्छ धुतले. पोहून झाल्यावर तो उन्हं अंगावर घेत नदीत पाय सोडून एका दगडावर बसला. त्याच्या पायाला छोटे मासे चावा घेताना त्याला दिसले. त्याला एक गंमत सुचली. तो खाकरून पुन:पुन्हा पाण्यात थुंकला. भरपूर मासे त्या थुंकीजवळ गोळा झाले. त्याने

आपल्या शर्टात मासे पकडले व एका प्लॅस्टिकच्या पिशवीत गोळा केले. त्यानं आज भरपूर चिंगळ्या पकडल्या. चिंगळ्या व आंबे म्हणजे आज त्याची मेजवानीच!

आता तिन्हीसांज व्हायला लागली. नदीवर सोनेरी रंग हळूहळू नाहीसा होऊ लागला व त्या जागेवर गडद निळा रंग दिसू लागला. गावाकडे चालत असताना कृष्णा एकटक शिवाराकडे बघत होता. शिवार काळ्याभोर पाटीसारखं निपचित

पडलं होतं. त्यात बाभळीची झाडं सावली टाकत होती व त्याची पिवळीजर्द इवलीशी फुलं काळ्या मातीत उठून दिसत होती.

थोड्यात दिवसांत त्या काळ्याभोर पाटीवर परमेश्वर हिरव्या रंगांनी अक्षरं उमटवील व सृष्टीचं नवं रूप उन्हानं मरगळलेल्या मनुष्याच्या जिवाला चैतन्य देईल.

तात्पर्य - चोरी करू नये.

कौतुक

आणि इतर गोष्टी

मधुमती शिंदे

हे पुस्तक **माझं** आहे.

-.-.-.-.-.-.-.-.-.-.-.-.-.-.-.-.-.-

-.-.-.-.-.-.-.-.-.-.-.-.-.-.-.-.-.-

मेहता पब्लिशिंग हाऊस

KAUTUK ANI ITAR GOSHTI
by Madhumati Shinde

कौतुक आणि इतर गोष्टी / बालसाहित्य
मधुमती शिंदे, २२४/ई, ताराबाई पार्कसमोर
शिंदे बंगला, कोल्हापूर ४१६ ००३

प्रकाशक : सुनील अनिल मेहता
मेहता पब्लिशिंग हाऊस, १९४१, सदाशिव पेठ,
माडीवाले कॉलनी, पुणे ३०
☎ ०२०-२४४७६९२४
E-mail : author@mehtapublishinghouse.com
Website : www.mehtapublishinghouse.com

मुद्रक : स्पेक्ट्रम ऑफसेट, एरंडवणा, पुणे ०४

प्रथमावृत्ती : एप्रिल २०१९

मुखपृष्ठ व आतील चित्रे : सरदार जाधव

पाच पुस्तकांचा संच

उन्हं वर आकाशात चढत होती. उन्हाळ्याचे दिवस असल्यानं कोवळ्या उन्हाचा ताप वाढत होता. शेतकऱ्यांची शेतात जायची लगबग चालू होती. संता हा इयत्ता पाचवीतला मुलगा मळ्याकडे आला होता. आज त्याचं मन शाळेत जायला तयार नव्हतं. कालचा मास्तरांचा मार, हातावर उठलेले लाल वळ अजूनही त्याला झोंबत होते. दप्तर घेऊन तो शेतावर आला. आज त्यानं शाळेला दांडी मारली होती. ती शाळा, अभ्यास, मास्तरांचं अंगावर धावून येणं... हे सर्व त्याला डोळ्यांसमोर दिसत होतं. शेतातलं शांत वातावरण बघून त्याला बरं वाटलं. आता तो विहिरीच्या काठावर बसून विहिरीतील पाण्याचा अंदाज घेत होता. काठाला लपेटलेल्या पायऱ्या दिसत होत्या. त्या पायऱ्या उघड्या पडलेल्या कातळापर्यंत पोहोचलेल्या होत्या. हवेतल्या उष्णतेमुळे त्याच्या अंगाची

लाहीलाही होत होती. त्यानं वेळ न दवडता, आपले कपडे उतरवले व विहिरीच्या कठड्यावर ठेवले. पाण्यात उडी मारून तो मनसोक्त अंघोळ करू लागला.

विहिरीच्या काठावर दोन खारी पळापळी खेळत होत्या व आनंदानं चीत्कारत होत्या. एक झाडावर तुरूतुरू चढली की, तिच्यापाठोपाठ दुसरी चढायची व परत दोघी विहिरीच्या कठड्यावर येत. संता मनातल्या मनात म्हणाला,

'यांचं जीवन किती मुक्त आहे! ना शाळा, ना अभ्यास, ना मास्तरांची छडी. मनसोक्त खेळायचं. ना कुणाचा धाक...' या विचारात संता मग्न असतानाच विहिरीच्या पाण्यात भलीमोठी सावली भिरभिरताना दिसली. खारूताई पण चपळाईनं आपली शेपटी नाचवत, घशातून किचकिचल्यासारखा आवाज करून सगळ्या पक्ष्यांना सांगत होती,

"हलू नका, बोलू नका. शिक्रा पक्षी आलाय. सावध राहा."

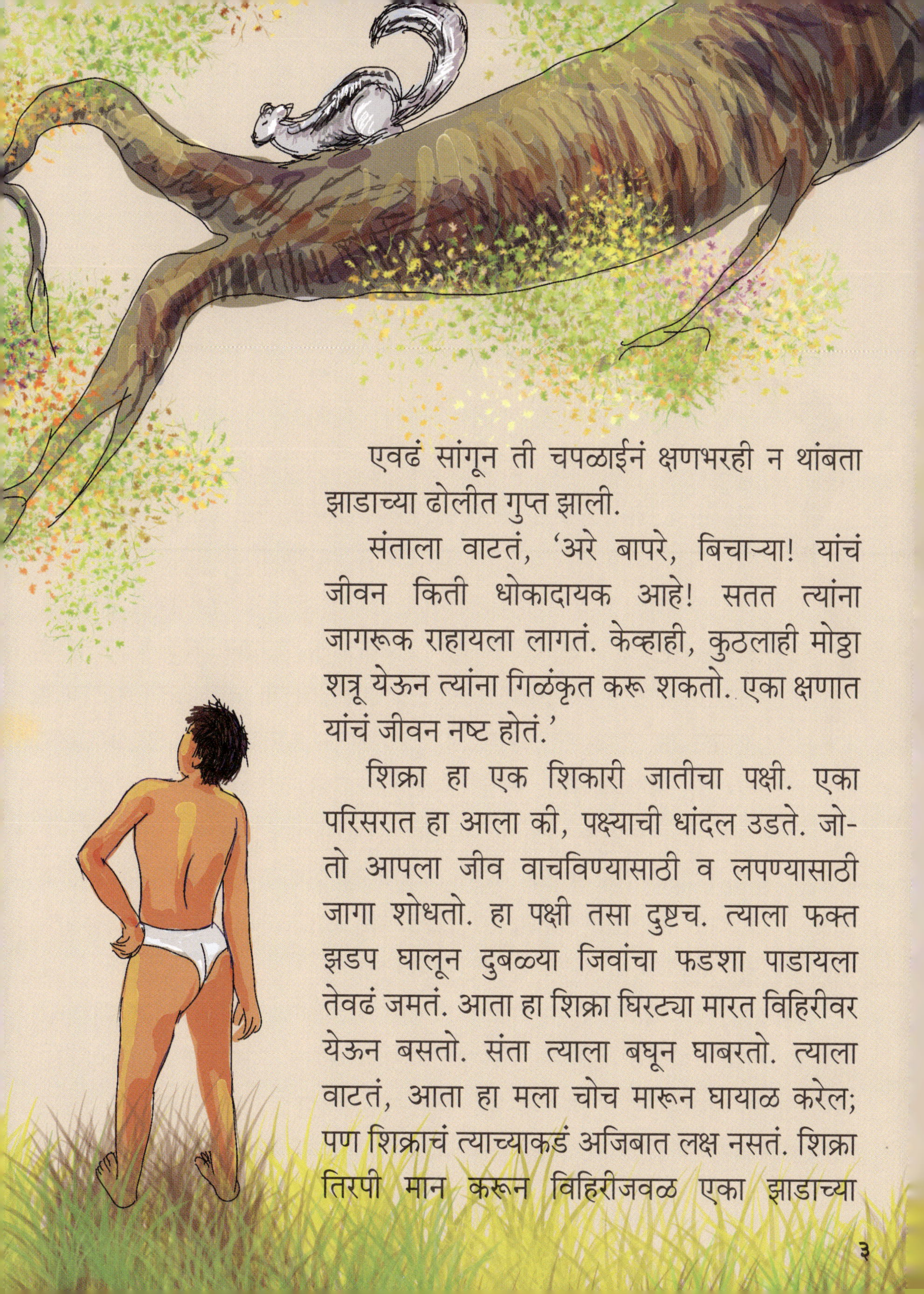

एवढं सांगून ती चपळाईनं क्षणभरही न थांबता झाडाच्या ढोलीत गुप्त झाली.

संताला वाटतं, 'अरे बापरे, बिचाऱ्या! यांचं जीवन किती धोकादायक आहे! सतत त्यांना जागरूक राहायला लागतं. केव्हाही, कुठलाही मोठ्ठा शत्रू येऊन त्यांना गिळंकृत करू शकतो. एका क्षणात यांचं जीवन नष्ट होतं.'

शिक्रा हा एक शिकारी जातीचा पक्षी. एका परिसरात हा आला की, पक्ष्याची धांदल उडते. जो-तो आपला जीव वाचविण्यासाठी व लपण्यासाठी जागा शोधतो. हा पक्षी तसा दुष्टच. त्याला फक्त झडप घालून दुबळ्या जिवांचा फडशा पाडायला तेवढं जमतं. आता हा शिक्रा घिरट्या मारत विहिरीवर येऊन बसतो. संता त्याला बघून घाबरतो. त्याला वाटतं, आता हा मला चोच मारून घायाळ करेल; पण शिक्राचं त्याच्याकडं अजिबात लक्ष नसतं. शिक्रा तिरपी मान करून विहिरीजवळ एका झाडाच्या

बुंध्याकडे लक्ष केंद्रित करतो. एक-दोन सेकंद टक लावून तो बघतच राहतो व चिर्रऽऽ असा आवाज करून पायाला नेट लावून आकाशात झेप घेतो व परत तेवढ्याच चपळाईनं झाडाच्या बुंध्यापाशी जातो व बघता-बघता एक भला मोठा नाग पायांत पकडून विहिरीच्या काठावर येऊन बसतो. त्याच्या टोकदार नखांत तो नागाला घट्ट पकडतो व चोचीनं त्याला रक्तबंबाळ करतो. नाग त्याच्या तावडीतून सुटायचा प्रयत्न करीत असतो. संता हे दृश्य बघून घाबरतो. त्याला आपल्या घराची आठवण येते. त्याला वाटतं, चुकून जरी शिक्राच्या तावडीतून जखमी नाग सुटून खाली पडला, तर त्याला तो नक्की चावणार. या भीतीपोटी डोळे गच्च मिटून तो देवाची प्रार्थना करू लागतो. थोड्या वेळानं तो डोळे उघडतो. पाहतो तर, शिक्र्यानं नागाला ठार मारलेलं असतं. निपचित झालेला नाग घेऊन तो दूरवर उडून जातो.

खारूताईचे थांबलेले खेळ पुन्हा सुरू होतात. पक्ष्यांचा किलबिलाट झाडावर घुमू लागतो. पक्ष्यांचे थवे विहिरीच्या काठावर खेळू लागतात. आजूबाजूची शांतता जी भंग झाली होती, ती परत चैतन्याला आली. संता एक दीर्घ श्वास घेऊन चपळाईनं विहिरीच्या काठावर येऊन आपले कपडे लगबगीनं घालून शाळेची वाट धरतो.

संता मनात म्हणतो, 'बाप रे! भयानक प्रसंग होता. आता आपली शाळा, मास्तरांचा मार व आपले मित्र, हेच बरे. एकटं कधीही शेतात मोठ्यांची नजर चुकवून यायचं नाही. आता उशिरा गेल्यामुळे शाळेत मार मिळणार तो मार परवडला; पण नागाचा डंख व शिक्र्याची चोच नको रे बाबा! निराधार, छोट्या जिवापेक्षा कितीतरी पटींनी माझं जीवन सुरक्षित आहे. जेव्हा मायेची व प्रेमाची माणसं आपल्याजवळ असतात, तेव्हा दुःख कितीही मोठं असलं तरी, त्याची वेदना जाणवत नाही.'

संता स्वत:शीच म्हणतो, "आई-वडील व गुरुजी हेच माझे रक्षक व जीवन घडवणारे आहेत. त्यांच्यामुळेच मी सुरक्षित आहे."

तात्पर्य - आईवडिलांच्या छायेखाली जीवन सुरक्षित राहतं.

कौतुक

पाटलांच्या शेतात एका भल्या मोठ्या विहिरीच्या जवळ फणसाचं झाड आपली गोल आकाराची जाडजूड, हिरवीगर्द पानं पसरवून पहाटेच्या किरणांचा आस्वाद घेत होतं. त्याच्या अंगाखांद्यावर असंख्य पक्षी व छोटे-मोठे किडे राहत होते. तसंच त्याच्या बुंध्यापाशी एक मुंग्यांचं वारूळ धीम्या गतीनं दिवसेंदिवस वाढतच होतं. झाडाला आपल्या जाडजूड, गर्द पानांचा अभिमान होता. त्याच्या अंगावर अनेक जीव नांदत होते, त्यामुळे ते समाधानी होतं.

फणसाचं झाड म्हणतं, “अगं मुंग्यांनो... कधीतरी जरा विश्रांती घ्या. जेव्हा बघेन तेव्हा तुमची धीमी चाल चालूच असते. एका ओळीत सतत एकत्र बरोबर राहता. तुमचे पाय दुखत नाहीत का?”

मुंग्या म्हणतात, “अरे भाऊ, आता पावसाळा येणार. पाऊस लागला की, आम्हाला बाहेर पडता येत नाही. नाहीतर आम्ही पाण्याबरोबर दूरवर वाहून जाऊ. अन्नाचा तुटवडा पडू नये म्हणून बेगमी करतोय. आम्हाला दमून चालणार नाही. आमचं कार्य आम्हाला करायलाच पाहिजे. पावसाच्या आधी अंडी घालायची. मग पिल्लांना अन्नधान्य नको का?’

झाडावर एक कावळा आरामात बसून त्यांचे संवाद ऐकत असतो. जराशी तिरपी मान करून तो मुंग्यांना म्हणतो, “एवढासा छोटासा जीव; पण बुद्धी केवढी तल्लख! भविष्यासाठी तरतूद करून ठेवताय. मला हे अशक्यच आहे.

दररोज दूरवर चाऱ्यासाठी वणवण फिरायला लागतं व जोराचा पाऊस आला तर आमचा उपवासही घडतो. आम्ही काटक्यांनी बनवलेल्या घरट्यात जास्त अन्न साठवू शकत नाही. जास्त साठवलं, तर तुम्ही झाडाच्या टोकापर्यंत नकळत चढून कधी फस्त करता कळत नाही; कारण तुम्हाला परमेश्वरानं दिलेल्या वासाच्या इंद्रियामुळे कुठंही दडवलेलं अन्न शोधून काढता नि फडशा पाडता.''

फणसाच्या एका पानावरून एक भला मोठा कोळी, आपले पाय नाचवत, मुंग्यांवर एकाग्रतेनं लक्ष ठेवून असतो. दोन मुंग्या गप्पा मारत, रेंगाळत, लाईन सोडून पाठीमागे राहतात. त्या बोलण्यात गर्क असतात. तेवढ्यात हा कोळी

जिभल्या चाटत अलगद पानावरून खाली उतरून एक चिकट द्रव मुंग्यांवर सोडतो व सहजपणे त्या त्याच्या जाळ्यात अडकतात. त्या जाळ्यात असहायपणे अडकल्यानं त्या मुंग्या बाहेर पडायचा जिवापाड प्रयत्न करतात; पण त्या आणखी त्यात गुरफटत जातात. कोळी चतुराईनं आपलं भक्ष्य साध्य करतो.

राणीमुंगी म्हणते, ''मी वारंवार सांगत असते- सर्व जणी एकत्र राहा. एकत्रपणामुळे शत्रू जवळ येत नाही. त्या दोघींनी फुकटचा जीव गमावला. सावधान... हा बघा टोळ. आपल्यावर हल्ला करायच्या बेतात आहे. त्याच्यावर आपणच हल्लाबोल करू या. चला...''

हिरव्यागार टोळाकडे सर्व जणी धाव घेतात.

टोळ म्हणतो, ''मी ताकदवान आहे. मी एका क्षणात उडू पण शकतो व माझ्या लांब पायांनी तुमचा फडशा पाडू शकतो.''

टोळ आपल्या ताकदीच्या गर्वानं सर्वांना संबोधत असतो व आपले भले मोठे पाय, पंख हलवत, बटबटीत डोळे वटारत, आपल्या धुंदीवर तो मुंग्यांवर चाल

करायची ठरवतो. एवढ्यात चपळाईनं न डगमगता एकीनं असंख्य मुंग्या त्याच्यावर एकदम चाल करतात व त्याचे लचके तोडून त्याला नेस्तनाबूत करायचा प्रयत्न करू लागतात. एक मुंगी म्हणते, ''चला, ही मोठी बेगमी आपल्याला पावसाच्या दिवसांत उपयोगी पडेल.''

हळूहळू टोळ आपले पाय हलवायचे बंद करतो. आपली शक्ती शेवटपर्यंत पणाला लावतो; पण असंख्य मुंग्यांसमोर त्याला हार मानावी लागते. बघता-बघता सर्व मुंग्या त्याला ओढत नेऊन वारुळात गडप करतात.

कावळा म्हणतो, ''काय रे बाबा जोर तुमचा! परमेश्वरानं शरीर लहान दिलं आहे; पण तुमच्यातील एकजूट, हुशारी, चिकाटीमुळे तुम्ही भलीमोठी शिकार हातोहात लंपास केली.''

झाडावरचे सर्व पक्षी मुंग्यांचं तोंड भरून कौतुक करतात; पण झाडावरच बसलेल्या सुगरण जोडप्याचं इकडे लक्ष नसतं. नर पक्षी एक-एक काटकी गोळा करून गारुड्याच्या पुंगीसारखं घरटं, आपल्या राणी व पिल्लांसाठी बांधण्यात मग्न असतो व मादी एका फांदीवर बसून आपली पसंती-नापसंती त्याला सांगत असते.

झाड म्हणतं, “ताई, तो केवढा दमलाय. त्याला थोडी मदत कर. सुंदर घर त्यानं बांधलंय तुझ्यासाठी.”

सुगरण एक कटाक्ष टाकून त्याच्या उपदेशाकडे दुर्लक्ष करते व आनंदानं पंख पसरवून भुर्रकन उडून घरट्यात जाते. नरही तिच्या पाठोपाठ जातो. नर म्हणतो, “दोन-तीन घरं मी बांधली. शेवटी या फणसाच्या झाडावरचं घर तुला आवडलं. आता आपला संसार नक्की थाटणार. तू फक्त अंडी उबवायचं व पिल्लांना वाढवायचं काम कर. मी दूरवरून तुमच्यासाठी खाद्य आणीन.”

ती इवलीशी चोच घरट्याबाहेर काढून आजूबाजूचा परिसर न्याहाळत आनंदानं पंख हलवत बसते.

झाड म्हणतं, “तुमच्या दोघांचा संसार माझ्या अंगाखांद्यावर थाटणार याचा मला आनंद आहे. तू किती हुशार आहेस! माझ्या फांदीच्या टोकाला कसरत करून घरटं बांधलं, एका अडचणीच्या जागेवर. तुम्ही सर्वश्रेष्ठ कारागीर आहात.”

नर मादीला खुलवण्याचा मनापासून अतोनात प्रयत्न करीत असतो. सुगरण आता बरेच दिवस

घरट्यातच असते. थोड्याच कालावधीत इवलीशी पिलं घरट्यातून डोकं बाहेर काढतात. नर व मादी सुखावतात. पिलाची ही हलकी, नाजूक चिवचिव ऐकून झाड व परिसर मोहरून जातो.

झाड म्हणतं, ''सुगरण, तुमचं हे झोपाळ्यासारखं हेलकावणारं घर व मुंग्यांचं किल्ल्यासारखं वारूळ पाहून मला तुम्हा प्राणिपक्ष्यांचा हेवा वाटतो. मी जिवंत आहे; पण एकाच जागेवर मी उभा आहे. तुमच्यासारखं मी माझ्या पिल्लांचं संरक्षण करू शकत नाही. कुणीही येऊन पायाखाली कोवळं रोपटं चिरडून टाकतं. मी वाटसरूंना सावली देतो. तुम्हाला आसरा देतो. त्यातच समाधान मानतो. माझ्यापेक्षा तुम्ही श्रेष्ठ. सतत कार्यमग्न असता. मी मात्र दिवसरात्र इथेच पहारा देत उभा असतो. ऋतूप्रमाणे फक्त माझं रंगरूप बदलत असतं. यातच मी समाधानी आहे.''

तात्पर्य - स्वतःची स्तुती करण्यापेक्षा दुसऱ्याचे कौतुक करावे.

जाण

दाट झाडीने वेढलेल्या मुलखातून संता संथ गतीने शेतातून जात होता. समोरची किंचित अरुंद पायवाट तो कापत होता. सकाळची सोनेरी किरणे तांबड्या मातीवर पसरली होती. जमीन हळूहळू तप्त होत होती. शेतातून जाणारी समोरची पायवाट केव्हा संपेल, असे त्याला झाले होते. आजूबाजूच्या शेताशिवारांत माणसे शेत नांगरत होती. दुतर्फा आकाशाला गवसणी घालायचा प्रयत्न करणारी निलगिरीची रांग, मंद हवा व बगळ्यांचा थवा, हेच फक्त सर्व शेतात दिसत होतं. आता शेत नांगरून भात पेरायचं. पावसाच्या पाण्यानं पृथ्वी हळूहळू चिंब भिजून गेली की पेरलेलं भात हळूहळू डोकं वर काढतं. पाण्याच्या थेंबात ते इवलंसं रोपटं पृथ्वीवर आपल्या अस्तित्वाची जाणीव करून देतं.

हा सर्व डाव निसर्गानं मांडलाय, असं संताला वाटतं. त्याच्या कानांवर पाण्याचा खळखळाट ऐकू येतो. पाटातून नारळाच्या झाडांतून वाहणारं पाणी

त्याच्या दृष्टीस पडतं. संतानं घामानं डबडबलेला चेहरा पाटाच्या पाण्यानं धुतला. टॉवेलनं तोंड पुसून तोच टॉवेल डोक्यावर बांधला व नांगर घेऊन शेतात गेला.

संता बैलांना उद्देशून म्हणाला, ''चला रे गड्यांनो, शेत नांगरू या, ऊन डोक्यावर यायच्या आत अर्धं शेत नांगरू या.''

बैलांना जसं काही कळलं असल्यासारखं दोघांनी आपली मान डोलावली. गळ्यातल्या घुंगरांचा आवाज चारी दिशांना फेकला गेला. गाणं म्हणत संता नांगर हाकत होता. शेतात पांढऱ्याशुभ्र बगळ्यांची जत्रा भरली होती, शेतातली गांडुळं व किडे खायला.

संता स्वतःशी, 'आता तर उन्हं चढायला लागली. एक-दोन बांधाजवळच्या सरी नांगरून टाकतो,' असं म्हणून तो बांधाच्या कडेकडेनं नांगरू लागला. बगळ्यांचा थवा बसला होता. तो संताची चाहूल लागताच भुर्रकन उडून आंब्याच्या झाडावर जाऊन बसला.

संता म्हणतो, 'कुठून यांना कळतं की, आज हे शेत नांगरणार आहे? इतके दिवस कुठं गायब असतात?' या विचारात संता टॉवेलनं घाम पुसत नांगर हाकू लागतो. बैलंपण आता मंद गतीनं औत ओढत असतात. तेवढ्यात एक कर्कश किंकाळी त्याच्या कानी पडते. संता गडबडीनं तोंडावरचा टॉवेल खांद्यावर टाकतो व आवाजाच्या दिशेनं पाहतो, तर एक भला मोठा बगळा घायाळ होऊन मातीच्या ढिगाऱ्यात रक्तबंबाळ होऊन पडलेला असतो. त्याच्या पायांत नांगर जाऊन अर्धा पाय तुटलेला संताला दिसतो.

संता कळवळून म्हणतो, "अरे देवा! केवढं मोठं पाप माझ्या हातून घडलं! मी माळकरी, विठ्ठलाचा भक्त."

संताची धर्मपत्नी जेवण घेऊन येताना त्याला दिसते.

संता म्हणतो, "गंगे, लवकर ये."

गंगू जवळ येते. संतानं तोपर्यंत बगळ्याचा पाय पाटाच्या पाण्यानं धुऊन जखम दाबून धरलेली असते. संता म्हणतो, “गंगे, पळ. ब्राह्मीचा पाला दगडानं चेचून त्याच्या पायाला लेप लाव.”

गंगू बांधावरचा ब्राह्मी पाला दगडानं बारीक चेचून बगळ्याच्या पायाला लावते व एका चिंधीनं पाय घट्ट बांधते. बगळा मान टाकून अश्रू ढाळत बसलेला असतो. संता त्याला ओंजळीतून पाणी पाजतो व आंब्याच्या झाडावर चढून त्याला दोन फांद्यांमध्ये सुखरूप ठेवतो. बगळ्याचे मित्र झाडावर बसून हे सर्व बघत असतात.

एक बगळा म्हणतो, “बघितलं? ती माणसाची जात. त्यांना देवानं दोन मोठे डोळे दिलेत. त्याला दिसलं नाही? चालवलाच की

नाही नांगर? आपण त्यांच्या पिकातले किडे-वाळवी खाऊन शेत कीटकमुक्त करतो व हे.....''

जखमी बगळा, ''चुकून झालं; पण त्या नवरा-बायकोनं माझी सेवा केली. त्यांना पण त्याचं दुःख झालंच. दोष कोणाचाच नाही. मीपण हावऱ्यासारखे खूप किडे खाल्ले. जरा सुस्ती पण आली होती. डोळे मिटून एका पायावर डुलकी घेत होतो. तुम्हीपण कुणी मला जागं केलं नाही. आपण एकत्र येतो, ते केव्हा ना केव्हा तरी दुरावण्यासाठीच. हा सृष्टीचा नियम आहे. शेवटी नशिबी असतं तेच होतं. सुख-दुःख उपभोगण्यातच खरं जीवन आहे. तुम्ही खुशाल दुसऱ्या शेताकडे जा. मी एकटा राहीन.''

वयस्कर बगळा म्हणतो, ''बरं तुझं शहाणपण लेखाजोखा. दुःख होतंय; पण आम्हाला तुला सोडून जावंच लागेल. तू अद्यापि तरुण आहेस. तुझ्या अंगात संकटांशी झुंजण्याची ताकद आहे. तुला परमेश्वरानं उत्तम प्रकृतीचा ठेवा दिला आहे. सांभाळ स्वतःला.''

आता भाताचे हिरवे गालिचे गावाभोवती आच्छादले होते. बघता-बघता दिवाळी सरली. हिरवं भाताचं रूप सोन्यासारखं चमकत होतं. भाताचे कोंब

जमिनीला टेकायचा प्रयत्न करीत होते. शेतकरी राजा खूष होता. सुगीचे दिवस असल्यानं सर्व गाव झाडून भाताच्या मळणीला शिवारात होतं. संता व त्याचं कुटुंब भात कापून मळणी करणार तेवढ्यात भाताच्या ढिगाऱ्यातून एक भला मोठा नाग फणा काढून चाल करून गंगूकडे सरसावला. गंगू बोंब मारत बांधावर चढली. बांधावरच्या हिरव्या गर्द आंब्याच्या झाडावर पांढरे बगळ्यांचे ठिपके उठून दिसत होते. पाय मोडलेला, पण आता बरा झालेला बगळा व त्यांच्या मित्रांनी आवाजाच्या दिशेला पाहिलं. त्याचा प्राण वाचवणाऱ्यांवर नाग चाल करून येत आहे, हे त्यांच्या चाणाक्ष बुद्धीनं हेरलं व त्यानं मित्रांना खूण केली. सर्वांनी मिळून नागावर जोरात झडप घातली. टोचून त्याला रक्तबंबाळ केलं. नाग कावराबावरा झाला व जखमी शरीर घेऊन बिळात लुप्त झाला.

संता म्हणाला, ''बघ गंगे, मुके पक्षी पण जाण ठेवतात. आज ते नसते तर तुला प्राण गमवावा लागला असता. देवच बुद्धी देतो ना! देव तारी त्याला कोण मारी, हेच खरं.''

तात्पर्य - मदतीची जाण ठेवावी.

सद्बुद्धी

उन्हाच्या किरणांत सारं जंगल उजळून निघालं होतं. खाली-वर पसरलेला पिवळसर मुलूख, त्यावर अधूनमधून मोहरलेला सागवान, निलगिरी, देवदार यांची अर्धी पानगळ झालेली टेकडी दिसत होती. तिला बिलगून जाणारा नदीचा पट्टा शांतपणे वाहत होता. नदीपात्राच्या पैलतीराला छोटंसं जंगल झाडाझुडपांनी विस्तारलेलं होतं. वाऱ्याच्या झुळकेनं आंब्याच्या मोहराचा सुगंध दरवळला. जंगल कसं कोकीळ पक्ष्याच्या सुरांमुळे निस्तब्ध होतं. उन्हाच्या तडाख्यापासून बचाव करायला पक्ष्यांनी झाडांचा निवारा घेतला होता. तेपण तल्लीन होऊन गाणं ऐकत होतं. गावातल्या बायका लाकडांच्या मोळ्या जळणासाठी घेऊन जात होत्या. त्यांचीच तेवढी जंगलाला चाहूल होती.

आता तिन्हीसांज सरली. गारवा रानावनांत घुमू लागला. चंद्राचा प्रकाश झाडांच्या पानांना भेदून झुडपांतून जमिनीवर पसरला. त्या शुभ्र चांदण्यात, एका झुडपातून नर-मादी ससे टुणकन बाहेर आले. त्यांनी आवाजाची लय धरली. त्या

लयीबरोबर भेकराची नर-मादी व दोन मुले येताना सशानं दूरवरून बघितलं. ते धीम्या गतीनं आजूबाजूचा अंदाज घेत सशाजवळ आले.

ससा म्हणाला, ''भेकरा, का धीम्या गतीनं यायला लागलायस? धावत-पळत येणारा तू, आज अशी का गती मंद झाली?''

भेकर म्हणालं, ''आता हा पानगळीचा महिना. गवत पूर्ण वाळून गेलंय. चालताना आवाज होऊ नये म्हणून धीम्या गतीनं आलो. भूक भागविण्यासाठी कसंबसं वाळलेलं गवत चघळतोय. खाताना वेदना असह्य होतायत; पण पोटासाठी खायलाच पाहिजे.''

ससा म्हणाला, ''माझंपण तसंच झालंय. कोवळं लुसलुशीत गवत नाही; पण पक्ष्यांना एकमेकांशी बोलताना मी ऐकलंय. गावाजवळच नदीकिनारी छान, हिरवंगार गवत व फळबाग आहे. आपण तिथे गेलो तर माणसं आपल्याला पकडून मारून खातील नाही?''

दोघांचं संभाषण झाडावर बसलेला त्यांचा मित्र माकड ऐकत असतं.

माकड म्हणालं, ‘‘उद्या सकाळी मी तुम्हाला खायला गंमत घेऊन येतो. आता तुम्ही शांत झोपी जा.’’

पहाटेची सोनेरी किरणं माकडाला जागवतात.

माकड स्वत:शीच म्हणतं, ‘‘बागेत लवकर जायला पाहिजे. बागवान यायच्या आधी, नाहीतर माझे मित्र उपाशी राहतील.’’

माकड उड्या मारत फळांच्या बागेत शिरतं. सगळीकडे सामसूम असते. बागेला माणसांची चाहूल लागलेली नसते. माकड पोटभर पेरू खातं व दोन भले मोठे पेरू आपल्या मित्रांसाठी घेऊन जंगलात येतं.

ससा म्हणाला, ‘‘हे सगळं दिल्याबद्दल आभारी आहे; पण हिरवंगार, लुसलुशीत गवत खायची फार इच्छा झाली आहे.’’

ससा व भेकर यांची आता मादीला गवत कुठून आणायचं, हीच चर्चा करण्यात दुपार निघून जाते. दोघेही हताश होतात. बघता-बघता संध्याकाळ होते.

माकड म्हणतं, ''मी जरा गावाबाहेर फेरफटका मारून येतो. तेथे दोन वांड कुत्री आहेत. ती सतत माझ्यावर भुंकत असतात. त्यांचा जर बंदोबस्त झाला, तर...''

माकड आपल्या मित्रांबरोबर बागवानाच्या झोपडीत हळूच जातं. तेथे ठेवलेला दोर हळूच घेऊन बाहेर येतं. रात्र होता-होताच परत गावाच्या वेशीजवळ दोर घेऊन जातं. ती दोन्ही माकडं गावाच्या वेशीजवळ चिंचेच्या झाडावर जाऊन बसतात. ती दोन वांड कुत्री तेथे येतात. माकडं पण त्यांना चिडविण्यासाठी झाडावर इकडून तिकडे उड्या मारू लागतात. कुत्र्यांना आणखी चेव येतो व ती जोरजोरात भुंकू लागतात. भुंकून भुंकून त्यांची शक्ती ती गमावून बसतात व अतिरागाच्या आहारी जातात, त्यामुळे आपलं शारीरिक व मानसिक संतुलन हरवून बसतात. या स्थितीचा फायदा घेऊन बेसावध कुत्र्यांच्या गळ्यावर, ती दोन माकडं हळूच खाली येऊन दोरीचा फास टाकतात. फांदीवरून दुसऱ्या फांदीवर अशी उड्या मारत, त्यांना ओढत घेऊन जातात व एका झाडाला बांधून ठेवतात.

कुत्र्यांना आपल्याला काय होतंय हे कळत नाही. असहायपणे ती भुंकत राहतात. शेवटी भुंकून-भुंकून त्यांचा आवाज लुप्त होतो.

माकड, ससा व भेकराकडे जातो व म्हणतो, ''तुम्ही आता पोटभर गवत खा. मी त्या कुत्र्यांना कैद करून ठेवलं आहे.''

भेकर व ससा त्याचे आभार मानून त्याच्या धाडसाचं कौतुक करतात व मनसोक्तपणे न घाबरता गवत खातात.

उन्हं जशी चढू लागतात, तशी त्या दोन कुत्र्यांच्या अंगाची लाही लाही होऊ लागते. तहान व भुकेनं जीव व्याकूळ झालेला असतो.

कुत्री माकडांना म्हणतात, ''आता तरी आम्हाला सोडा. जीव भुकेनं व्याकूळ

झालाय, नाहीतर आमचा जीव जाईल. आम्हाला इथं का आणलंय? आम्ही मालकाची इमानदारीनं चाकरी करतो, त्यात आमचा गुन्हा काय?''

माकड म्हणतं, ''स्वत: खायचं पोटभर व दुसऱ्याला खाऊ द्यायचं नाही. ना तुम्हाला त्या गवताचा काही उपयोग, ना फळांचा. तरीपण तुम्ही आमच्यावर सतत रागानं भुंकता. बागवानाला जागं करता. ससे व भेकर आले की, त्यांचा फडशा पाडता. आता तुम्हीपण उपाशी मरा.''

एक कुत्रा म्हणतो, ''माफ कर माकडदादा. आम्ही यापुढे दुसऱ्याचा विचार करू. दोन दिवस झाले. आतातरी आम्हाला सोड. ससा व भेकर आले, तर आम्ही त्यांना गवत खाऊ देऊ.''

सशीणबाई म्हणते, ''माकडदादा, सोड त्यांना. त्यांना तू खूपच अद्दल घडविलीस आमच्यासाठी. आम्ही असेच भित्रे प्राणी, अर्ध्या पोटावर झोपणारे, सतत शत्रूची आम्हाला भीती. तुझ्या दयाळूपणामुळे आज आम्ही मित्रांनी पोटभर खाल्लं. त्यांनी तुझी माफी मागितली आहे. राग सोड. त्यांच्या मुलाबाळांचा विचार कर. ती ह्यांची वाट बघत असतील. चूक प्रत्येकाच्या हातून घडते. परमेश्वर त्यांना सद्बुद्धी देवो.''

तात्पर्य - निसर्गाचं देणं सर्वांनी वाटून घ्यावं.

आसरा

दिवाळीची सुटी नुकतीच संपली होती. हळूहळू गारवा जमिनीवर पसरत होता. त्याला धुक्याची पण साथ होती. सुटीनंतर शाळेचा पहिला दिवस. पहिली ते पाचवीपर्यंतच्या मुलांची सकाळची शाळा. 'श्री राम विद्यालय' ही कोवाड येथील नावाजलेली शाळा. गाव छोटे; पण सधन. मुलेही अभ्यासू आणि शिक्षणाला महत्त्व देणारे आई-वडील.

सकाळपासून मुले लवकर शाळेत जमू लागली. सुटीतील गमतीजमती, सहलीच्या गमतीजमती सांगायची. पहिला दिवस म्हणजे ना अभ्यास होणार! आज फक्त गप्पा मारायच्या. वा! मज्जाच.

शाळेच्या पटांगणाच्या बाजूला एक भलेमोठे हिरवेगार चिंचेचे झाड आहे. झाड चिंचांनी पूर्ण वाकलेले. झाडाच्या पायथ्याशी मुलांनी बॅगा ठेवल्या व खेळांत, गप्पांत मग्न

झाली. जराशी धीट मुले झाडावर चढायचा प्रयत्न करीत होती. मुले अंगावर चढताना झाडाला हवेहवेसे वाटे. झाडाला पण बऱ्याच दिवसांनी कानावर किलबिलाट ऐकून जगण्याची स्फूर्ती आली.

सूर्योदय झाला की, मुलांची वाट पाहणारे हे झाड बऱ्याच दिवसांनी मोहरून गेले. मुलांच्या आगमनाने सारा परिसर आनंदी झाला. अचानक त्याच्या फांद्यांवर एक एक करून हॉर्नबिल पक्षी, राखी रंगाचे, जाडजूड, वाकडी चोच असलेले असे बसू लागले. दहा ते पंधरा पक्ष्यांचा जथा, त्यांची जाडजूड नखे झाडाच्या फांद्यांत रुतवून, पंख पसरवून उन्हात शेकायला आले. त्यांच्या चोची फांद्यांवर घसघसा घासत होते. हे सर्व झाडाला नकोसे वाटू लागले. वेदना होत होत्या.

झाड म्हणाले, ''जरा बेतानं राव, मला दुखतंय. गावं फिरून येता; पण माझ्या अंगावर बसला की, तुमची ती टोकदार नखं घुसवता. साऱ्या अंगावर विष्ठा टाकता, चोचा मारता. मला खूप वेदना होतात, याचा जरा विचार करा.''

हॉर्नबिल म्हणाला, ‘‘वा! तुला मुले दगडं मारतात. चिंचा पाडताना तुझ्या अंगावर चढतात, तेव्हा तुला दु:ख होत नाही काय?’’

झाड, ‘‘त्यांचे ते छोटे-छोटे दगड जेव्हा मला मारतात, तेव्हा मला गुदगुल्या होतात. ती माझ्या अंगाखांद्यावर खेळतात, बागडतात ते मला हवेहवेसे वाटते. ती मुले थोडा वेळच इथे असतात. घंटा झाली की, धूम ठोकतात नि परत पूर्ण शांतता पसरते; पण तुम्ही थव्यानं येता, मला ओरबाडून रक्तबंबाळ करता. ते मला असह्य वाटतं.’’

हे सर्व संभाषण नुकताच येऊन बसलेला सर्पगरुड ऐकत असतो.

गरुड म्हणतो, ‘‘झाडावर येऊन बसता; त्याचा आसरा घेता, उन्हाचा स्वाद घेता, गप्पा मारता; पण त्याचा जरा तरी विचार करता का रे ? माझीपण नखे व चोच धारदार आहे; पण मी अलगद थोडाच वेळ बसतो.’’

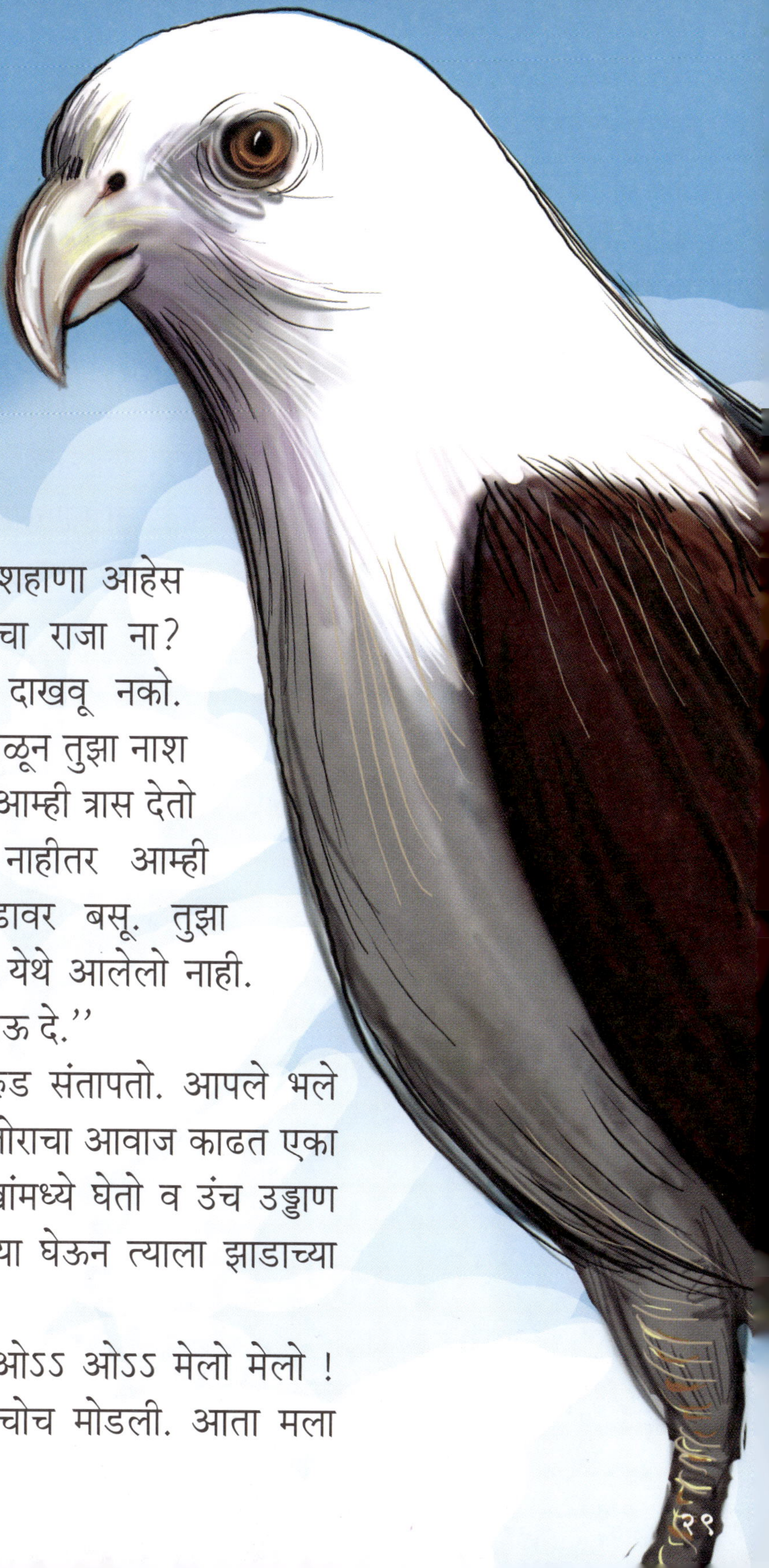

हॉर्नबिल म्हणतो, "शहाणा आहेस तू. गरुड म्हणजे पक्ष्यांचा राजा ना? आम्हाला तुझी ताकद दाखवू नको. आम्ही सर्व जण एकत्र मिळून तुझा नाश करू शकतो. तुला काय आम्ही त्रास देतो का? तू गप्प बैस, नाहीतर आम्ही उद्यापासून दुसऱ्या झाडावर बसू. तुझा उपदेश ऐकायला आम्ही येथे आलेलो नाही. मस्तपैकी उन्हाचा स्वाद घेऊ दे."

एवढे ऐकल्यावर गरुड संतापतो. आपले भले मोठे पंख फडफडवतो. जोराचा आवाज काढत एका हॉर्नबिलला आपल्या पंखांमध्ये घेतो व उंच उड्डाण करतो. गगनामध्ये गिरक्या घेऊन त्याला झाडाच्या पायथ्याशी फेकतो.

हॉर्नबिल म्हणतो, "ओऽऽ ओऽऽ मेलो मेलो ! किती राग! माझे पाय, चोच मोडली. आता मला उडता येणार नाही."

गरुड म्हणतो, ''आता कळलं ना, दुसऱ्याच्या वेदना काय असतात ते? वेदना देताना विचार करता का? ते बिचारं झाड तुम्हाला आसरा देतं. ऊन, पावसापासून रक्षण करतं. तुम्ही त्याला ओरबाडता, चोच मारता, हे बरोबर आहे का? ती लहान मुलं त्यांच्या छोट्याशा हातांनी छोटे-छोटे दगड मारतात, चिंचा पाडण्यासाठी. त्यांना त्यात आनंद वाटतो. झाडालाही त्यांचा सहवास हवाहवासा वाटतो. तुमचा नाही.''

हॉर्नबिल म्हणतो, ''सॉरी, पुन्हा कुठल्याही झाडावर बसताना झाडाचा प्रथम विचार करू व ते दुखावणार नाही, याची काळजी घेऊ.''

पक्ष्यांना झाडांबद्दल जी दयामाया आहे, ती माणसांत शोधूनही मिळत नाही. आपण सर्वांनी सृष्टी फुलवली पाहिजे. तिचा नाश होता कामा नये, असा निश्चय केला पाहिजे. 'झाडांना वेदना द्यायच्या नाहीत. त्याचा विचार निवाऱ्यासाठी आल्यावर करायला पाहिजे,' अशी शपथ सर्व पक्षी एकमुखाने घेतात.

तात्पर्य - आसरा देणाऱ्यास दुखवू नये.

मैत्री

आणि इतर गोष्टी

मधुमती शिंदे

हे पुस्तक **माझं** आहे.

-·-·-·-·-·-·-·-·-·-·-·-·-·-·-·-·-·-

-·-·-·-·-·-·-·-·-·-·-·-·-·-·-·-·-·-

मेहता पब्लिशिंग हाऊस

MAITRI ANI ITAR GOSHTI
by Madhumati Shinde

मैत्री आणि इतर गोष्टी / बालसाहित्य
मधुमती शिंदे, २२४/ई, ताराबाई पार्कसमोर
शिंदे बंगला, कोल्हापूर ४१६ ००३

प्रकाशक : सुनील अनिल मेहता
मेहता पब्लिशिंग हाऊस, १९४१, सदाशिव पेठ,
माडीवाले कॉलनी, पुणे ३०
☎ ०२०-२४४७६९२४
E-mail : author@mehtapublishinghouse.com
Website : www.mehtapublishinghouse.com

मुद्रक : स्पेक्ट्रम ऑफसेट, एरंडवणा, पुणे ०४

प्रथमावृत्ती : एप्रिल २०१९

मुखपृष्ठ व आतील चित्रे : सरदार जाधव

पाच पुस्तकांचा संच

देवमासा

निळ्याशार अथांग समुद्रात देवमाशाचं कुटुंब गुण्यागोविंदानं पोहत असतं. देवमाशाचं छोटंसं पिल्लू आईची नजर चुकवून, एका माशाला पकडण्याच्या नादात भरतीची वेळ असताना लाटांबरोबर नदीत केव्हा पोहत जातं, ते त्याचं त्यालाच कळत नाही. त्याला नेहमी खारट पाण्याची सवय असल्यानं, अचानकपणे लागलेली गोड्या पाण्याची चव त्याला वेगळीच वाटते. ते घाबरून चारही दिशांना बघतं तर त्याला त्याचे आई-वडील कुठंच दिसत नाहीत. नदीकिनारी असलेली हिरवीगार वनराई, त्यावर अनेक तऱ्हेचे रंगीबेरंगी पक्षी चिवचिवाट करताना पाहून ते आपलं दुःख विसरून जातं. तेवढ्यात एक छोटासा डौलदार राजहंस त्याच्याजवळ आला आणि म्हणाला, ''अरे, तू देवमाशाचा बच्चा काय? रस्ता चुकला आहेस वाटतं. ही नदी आहे. या नदीत तुला मस्तपैकी पोहता येणार नाही; आणि तुझी आई कुठं आहे?''

हे ऐकून ते देवमाशाचं पिल्लू रडायला लागलं.

ते पिल्लू म्हणालं, "मी चुकून हावरटपणामुळे नदीच्या स्रोतात पोहोचलो. माझं घर आत खूप खोल समुद्रात आहे. मला तुम्ही मदत कराल का, समुद्रात परत जायला? आमचा समुद्र अथांग आहे; पण त्याच्या जवळपास फुलं, झाडं, पक्षी कुणीच दिसत नाहीत. तुम्ही किती शुभ्र आणि देखणे आहात! तुमचं बोलणं किती मधुर आहे! तुम्ही कोण आहात?"

राजहंस खुदकन् हसला आणि म्हणाला, "मी राजहंस. बदकांतलाच एक प्रकार. मीपण तुझ्यासारखेच मासे खातो. तुला भूक लागली का? मी तुला मासा पकडून देतो. तो खाल्लास की तुला तरतरी येईल. मी तुला माझ्या मित्रांच्या मदतीनं तुझ्या आईकडे दोन-तीन दिवसांनी पोहोचवीन. तू आता माझ्याबरोबरच राहा."

फुलपाखरं आणि पक्षी यांच्याबरोबर त्याचे दोन दिवस मजेत गेले. फुलपाखरू त्याच्या नाकावर येऊन बसलं की त्याला गुदगुल्या व्हायच्या व तो खुदकन् हसायचा. झाडावर बसलेलं माकड त्याला पाहून खाली उतरलं आणि म्हणालं, ''अरे देवमाशा, तू आमच्या भागात कसा काय आलास? तुला पाहून समुद्री मासा काय आहे ते आता कळलं. केवढा बलाढ्य आहेस!''

देवमासा म्हणाला, ''तुम्ही सर्व जण मिळून मला माझ्या आईकडे सोडाल का?''

एक छोटंसं बदक म्हणालं, ''मी तुला समुद्राच्या आतपर्यंत सोडतो. तू घाबरू नकोस. आपण दोघं पोहत पोहत जाऊ. मला पण समुद्र बघायचा आहे.''

राजहंस खुदकन हसला आणि म्हणाला, ''समुद्रात पोहायचं म्हणजे पंखांत बळ पाहिजे. त्या

भल्या मोठ्या लाटांवर अलगद तरंगायला लागतं. नाहीतर लाटेच्या तडाख्यानं दूरवर फेकला जाशील.''

छोटं बदक व माकड म्हणालं, ''बरं बाबा, तूच मोठा! तुलाच मोठ्या लाटांवर तरंगता येतं. तूच याला त्याच्या आईकडे पोचव.''

राजहंस म्हणाला, ''ठीक आहे. उद्या पहाटे मी याला समुद्रापर्यंत घेऊन जातो; पण माकडदादा, तू झाडांच्या फांद्याफांद्यांवरून उड्या मारत माझ्यासोबत राहा व समुद्र नदीजवळ कुठे आहे, हे तू मला सांगत जा.''

माकड म्हणाले, ''तू काळजी करू नकोस. उद्या पहाटे आपण कामाला लागू.'' हळूहळू आता तिन्हीसांज पृथ्वीवर उतरली. सर्व पक्षी व माकड आपापल्या घराकडे निघून गेले. चंद्राचा प्रकाश नदीपात्रात पडला. ते रूप न्याहाळत देवमासा एका खडकाच्या आडोशाला राजहंसाला बिलगून गाढझोपी गेला. पहाटेचा गार वारा नदीवर पसरायला लागला, तसं हळूहळू नदीवरची धुक्याची चादर लुप्त व्हायला लागली. सूर्याची किरणं चारही दिशांना ऊब व प्रकाश फैलावू लागली. त्या उबेनं सारी जीवसृष्टी जागी झाली. देवमासा व राजहंस दोघांनीही आकाशाकडे पाहिलं. सूर्याची प्रखर किरणं दोघांचे डोळे दिपवून टाकत होती.

माकड झाडावरून फांद्या हलवत म्हणालं, ''चला, छोटूला आईकडे पोचवू या. तू सर्वांचा निरोप घे.''

फुलपाखरं, पक्षी, छोटी बदकं डोळ्यांतील अश्रूंनी त्यांचा निरोप घेतला. परत भेटण्याचा वायदा करून देवमासा म्हणाला, ''मित्रांनो, मी तुम्हाला सोडून जात आहे. तुमचं रंगीबेरंगी रूप, तुमचे मधुर कंठ, ही हिरवीगर्द झाडी व चोहीकडे हिरवे गालिचे, त्यावर रंगीत छोटी-मोठी फुलं, हे मला कधीच दिसणार नाही. तुमच्याभोवती परमेश्वरानं अनेक रंग उधळले आहेत. तुम्ही किती नशीबवान आहात! तुम्हाला सोडून जाताना मला अतोनात दुःख होतंय; पण त्याबरोबरच माझी आई मला परत भेटणार, याचा मला आनंद होतोय.''

राजहंस म्हणाला, ''चला, आता वेळ झाली. माकडदादा, कामाला लाग आणि समुद्राचा रस्ता दाखव.''

राजहंस आपली डौलदार मान हलवत नदीच्या पात्रातून देवमाशाबरोबर पोहत जाऊ लागला. थोडं अंतर गेल्यावर देवमाशाचा बच्चा दमला.

माकड झाडावरून म्हणालं, ''थोडे मासे खा. तुला जरा बरं वाटेल.''

आता अंधार पडायला लागला. अंधकार चारही बाजूंनी पसरत होता. झाडांच्या पानांचा सळसळाट, घुबडांचा आवाज हे सर्व माशाला नवीनच होतं. राजहंसाला त्याची दया आली. त्यानं माशाला आपल्या पंखांत घेऊन ऊब दिली. मासापण त्याला बिलगून गाढ झोपी गेला. सूर्याची किरणं धीम्या गतीनं आकाश जिंकायला आली. त्याचबरोबर पक्ष्यांच्या किलबिलाटाचा चौघडा साऱ्या रानावनात घुमू लागला. कोकीळ पक्ष्याचं मंजूळ गाणं ऐकून राजहंसाला जाग आली. त्यानं आपली डौलदार मान उंच करून

चोहोबाजूंना नजर टाकली व देवमाशाला पंखांनी उठवले व म्हणाला, ''पहाट झाली, चल निघू या.''

माकडोपंत आपला सकाळचा व्यायाम करून झाडावरून खाली येऊन म्हणाले, ''मी पहाटेच उठून समुद्राची टेहळणी केली. तो अगदी जवळ आहे.''

तिघंही समुद्राच्या दिशेनं जाऊ लागले. थोडं अंतर गेल्यावर माकड जोरजोरानं ओरडलं, ''तो पहा भला मोठा समुद्र, गर्जना करीत येत आहे. मी त्याच्या किनारी जाऊन देवमाशाच्या आईला तिचा बच्चा आमच्याजवळ आहे, म्हणून समुद्रातून लवकर बाहेर यायला सांगतो.''

एक पक्षी म्हणतो, ''ही माकडाची जात स्वत: स्वस्थ बसत नाही आणि आम्हाला पण स्वस्थ बसू देत नाही. मदत करायला मात्र पुढे असतात. जंगलात नवीन प्राणी आला की मात्र सर्वांना सूचना देतात.''

राजहंस माकडाला म्हणाला, ''तू पुढे जा. मी या माशाबरोबर हळूहळू येतो. त्याची आई आली की आम्हाला सांग. मला लाटांवर पोहता येत नाही, तेव्हा मी नदीच्या किनाऱ्यावरच थांबतो.''

माकड समुद्राच्या किनाऱ्याजवळच्या नारळीच्या झाडावर चढून जोरजोरात ओरडू लागले, ''देवमाशाची आई, लवकर बाहेर ये. तुझं बाळ आमच्याबरोबर आहे.'' माकडाचं जोरजोरात ओरडणं ऐकून झाडावरच्या पक्ष्यांचा किलबिलाट सुरू झाला. समुद्राला भरती आल्यासारखं माकडाला दिसलं. ती वेळ भरतीची नव्हती, तरी मोठमोठ्या लाटा किनाऱ्यावर आपटत होत्या. माकडाची नजर समुद्राकडे गेली, तर एकाच जागेवर लाटा येत होत्या; व बाकी सगळा समुद्र शांत होता. त्याला भली मोठी शेपटी पाण्याबाहेर आलेली दिसली. थोड्याच वेळात देवमाशाचं तोंडही पाण्याच्या वर आलं. ती देवमाशाची आई होती. ती म्हणते, ''धन्यवाद, माझ्या बाळाला सुखरूप इथं आणल्याबद्दल. कुठं आहे माझं बाळ?''

राजहंस म्हणतो, ''हे बघ, हे तुझं छोटंसं बाळ, आम्ही आता त्याला समुद्राच्या पाण्यात सोडत आहोत. त्याला सांभाळ. ते भ्यायलेलं आहे.''

माकड म्हणालं, ''बाळाकडे असं दुर्लक्ष करू नकोस. आम्ही होतो म्हणून ते सुखरूप आलं, नाहीतर नदीतल्या मगरीनं त्याला खाऊन टाकलं असतं.''

''तुमच्यासारखे चांगले आत्मे जगात आहेत, म्हणूनच माझं बाळ जिवंत आहे. तुमची मी आयुष्यभर ऋणी राहीन,'' असं म्हणून देवमाशाची आई आपल्या बाळाला प्रेमानं चाटत समुद्राच्या आत निघून गेली.

माकड आणि राजहंस एका निष्पाप जिवाला वाचविण्याचं सत्कर्म आपल्या हातून घडलं, या समाधानानं घरी परत येतात.

तात्पर्य - दुबळ्या जिवाला वाचवलं की, त्याचा आनंद गगनात मावत नाही.

ईर्षा

हरिपूर गावाजवळ हिरव्यागर्द झाडींनं नटलेलं एक जंगल होतं. एका उंच चिंचेच्या झाडावर एका कावळ्यानं, आजूबाजूच्या काट्याकुट्या घेऊन कष्टांनी घरटं सुबक सजवलेलं होतं. ते भल्यामोठ्या ऐसपैस पानांआड लपलेलं होतं. कावळ्याला वाटायचं, की माझ्यासारखं घरटं कुणाचंच नाही. पहाटेची वेळ होती. जंगली फुलांचा सुगंध रानावनात पसरलेला होता. हळुवार हातानं वारा पानांना झोका देत होता. हे सर्व कावळा आपल्या घरट्यात बसून न्याहाळत होता. एक चिमणी उडत उडत, दमूनभागून त्याच्या घरट्याशेजारी येऊन बसते. तो एवढासा जीव घामाघूम झाला होता. तिची छाती धपापत असते. तिला अजून बरंच लांब जायचं असतं. ती विश्रांतीसाठी कावळ्याच्या घरट्याशेजारी डोळे मिटून बसली होती. तेवढ्यात कावळा आपल्या घरट्यातून उडून तिच्याशेजारी छाती फुगवून उभा राहतो. त्याचे ते लाल डोळे अहंकारानं भरलेले होते. तो म्हणतो, ‘‘माझं घरटं बघितलंस काय? किती ऐसपैस आहे! तुझी चार घरटी

बसतील एवढं मोठं आहे. तुझं घरटं असं आहे की, वाऱ्याची एक झुळूक आली, की उडून जाईल. उंच झाडावर माझं घरटं आहे. तिथून सगळं गाव व जंगल दिसतं. माझं लक्ष चारही दिशांना आहे.''

चिमणी आधीच दमलेली होती. कुठं वाद घालायचा म्हणून ती म्हणाली, ''तू हुशार आणि मोठा आहेस दादा, म्हणून तुझं घर मोठं. मी छोटीशी म्हणून माझं घर छोटं.''

कावळा कुचेष्टेनं हसतो व म्हणतो, ''त्याला ताकद, बुद्धी आणि कष्ट लागतात, ते तुझ्यात नाहीत.''

चिमणी शांतपणे ऐकून घेते व म्हणते, ''मी जाते रे बाबा, माझ्या घरी जाते. माझं घर वाऱ्यानं उडून गेलं असेल.'' ती उडून जाते.

दुपारच्या उन्हानं सारं जंगल सोन्याच्या किरणांनी न्हाऊन निघालेलं असतं. कावळ्याला उन्हामुळे जरा डुलकी लागते. तेवढ्यात त्याला टुकऽऽटुक असा आवाज ऐकू येतो. तो चारही बाजूंना आपली नजर टाकतो; पण त्याच्या नजरेत कुणीही दिसत नाही. पुन्हा टुकऽऽटुक आवाज येतो. आता कावळा आपला आळस झटकून, कान तीक्ष्ण करून त्या आवाजाचा कानोसा घेऊ लागतो, तर आवाज त्याच झाडातून येत असतो. कावळा हळूहळू बिचकत बिचकत फांदीवरून उतरत खाली येतो आणि पाहतो तर त्याला दिसतं की, डोक्यावर लाल पगडी असलेला एक सुंदर पक्षी टोकदार चोचीनं झाडाला भोक पाडत असतो.

कावळा म्हणतो, ''काय हो पाहुणे, कुठल्या गावचे? हे माझं

झाड आहे. माझ्या परवानगीशिवाय तुम्ही इथे बसू शकत नाही. तुम्ही झाडाला भोक का पाडत आहात?''

सुतार पक्षी कावळ्यावर एक तीक्ष्ण नजर टाकतो व म्हणतो, ''मी इथे माझं घरच करणार आहे. हे झाड परमेश्वराचं आहे. तुझी काही हरकत आहे का?''

त्याच्या अशा कडक बोलण्यामुळे कावळा नरम येतो व म्हणतो, ''नाही नाही. यापुढे आपण दोघं दोस्त. आपण दोघंही या झाडावर आनंदानं राहू.''

दिवसामागून दिवस सरत असतात. कावळा जरा बिचकूनच असतो. टुकटुक आवाजाची त्याला सवय झालेली असते; पण तो मस्तीत दंग असतो. दुसऱ्याला तुच्छ लेखायचं, हा त्याचा गुणधर्म. कावळा मनातल्या मनात म्हणतो,

'हा किती मूर्ख पक्षी आहे! झाडाला भोक पाडायला निघालाय. अशक्य गोष्ट करायला निघालाय.'

तिन्हीसांजची वेळ झाली. सूर्य दमूनभागून, पृथ्वीला ऊब देऊन,

जिवांना जीव देऊन, आपलं दिवसभराचं नियमित कार्य करून आता परतीच्या मार्गाला लागला. कावळा म्हणतो, "दादा, मी जरा गावात भटकून पोट भरून येतो. माझ्या घरट्याकडे थोडं लक्ष द्या. माझं पोट भरलं, की मला गाढझोप लागते. मग तुमच्या टुकऽऽटुक आवाजाचा त्रासपण मला होणार नाही."

अंधार जंगलाला आपल्या कवेत घ्यायच्या आत कावळा आपल्या घरट्याकडे परत येऊन बसतो. पोट भरल्यामुळे त्याला सुस्ती येते. टुकऽऽटुक आवाज त्याच्या कानांवर पडत नाही. कावळा मनातल्या मनात म्हणतो, 'गेला वाटतं दमूनभागून. झाडाला भोक पाडायचं म्हणजे काही सोपी गोष्ट नाही. स्वत:ला फार शहाणा समजत होता. त्याच्या अखंड टुकऽऽटुक आवाजानं माझं डोकं दुखत होतं. बरं झालं गेला. आता मला गाढ झोपता येईल.'

कावळ्याची उत्सुकता एवढ्यावर थांबत नाही. तो फांदीवरून खाली उतरतो व सुतारपक्षी जिथं भोक पाडत होता, तिथं बघून आश्चर्यचकित होतो; कारण

दोन सुतारपक्षी आरामात त्या भोकामध्ये एकमेकांना बिलगून गप्पा मारत बसलेले असतात.

कावळा म्हणतो, ‘अरे व्वा! छान घर आहे की! यात ना पाऊस येणार, ना वारं, ना थंडी, ना ऊन. असं ऊबदार घरटं मी कधीच बघितलं नाही. आता मीपण असंच घरटं बांधीन.’

सकाळचं धुकं, त्यात पहाटेचा गारवा... या बेसावध वातावरणात झाडावर जोरजोरात कुणीतरी चोची मारल्याचा आवाज येतो. कावळा एकाग्रचित्तानं

आपली चोच झाडावर आपटू लागतो. बराच वेळ कावळा आपली चोच आपटत राहतो; कारण त्याला सुतारपक्ष्यासारखं घरटं बांधायचं असतं. दुपार व्हायला लागते. कावळा दमूनभागून एका फांदीवर विश्रांती घेत असतो. सुतारपक्षी पक्षिणीला म्हणतो, ''देवानं त्याला तीक्ष्ण चोच दिली नाही; पण त्याला आपल्यासारखं घर करायचं आहे. विचार चांगला आहे; पण तो हे करू शकणार नाही; कारण परमेश्वरानं त्याला चोच या कारणासाठी दिलेली नाही. ही ईर्षा बरोबर नाही.''

कावळा म्हणतो, ''मी सकाळपासून झाडाला भोक पाडायचा प्रयत्न करतोय; पण दुपारपर्यंत झाडाची फक्त एक खपली निघाली. मला तुमच्यासारखं घर राहायला आवडेल.''

सुतारपक्षी म्हणतो, ''तुमचं घरसुद्धा छानच आहे. सूर्याची पहिली किरणं तुमच्या घरात प्रवेश करतात. फार त्रास घेऊ नका, नाहीतर चोच तुटून जाईल.''

कावळा म्हणतो, ''माझी चोच मजबूत आहे आणि मी हे करून दाखवीन.''

दुसऱ्या दिवशी भल्या पहाटे कावळा परत कामाला लागतो. आपली चोच जोरजोरात झाडावर आपटत राहतो. त्याचा तो आवाज साऱ्या रानात घुमतो. अचानक कावळ्याची कर्कश किंकाळी सुतारपक्ष्याच्या कानांवर पडते. ते दोघं धावत कावळ्याजवळ येतात, तर कावळा झाडाच्या बुंध्याशी रक्तबंबाळ होऊन पडलेला असतो. त्याची जाडजूड चोच तुटून गेलेली असते. त्याचं ते रक्तबंबाळ विद्रूप रूप बघून त्या पक्ष्यांना दया येते. पक्षी उडत जाऊन चोचीतून पाणी आणून त्याला पाजतात व म्हणतात, ''जे देवानं आपल्याला दिलेलं आहे, त्यातच समाधान मानावं. दुसऱ्याशी ईर्षा करायला जाऊ नये.''

कावळा म्हणतो, ''चुकलंच माझं, माझा अहंकार माझ्या अंगलट आला, त्यामुळे माझी ही दशा झाली.'' कावळा आपली रक्तबंबाळ चोच घेऊन आपल्या घरट्यात पश्चात्तापाचे अश्रू ढाळत झोपी जातो.

तात्पर्य - ईर्षा करू नये.

रंगरूप

आकाशात चढलेल्या वृक्षांच्या दाटीत, पहाटेच्या दवबिंदूंतून मान उंचावून, एका नदीच्या किनारी सावरीचं झाड उभं होतं. त्याच्या अंगाखांद्यावर धुळीचा लेप चढला होता. हिरवा रंग झाकला गेला होता. सावरीला पावसाची चाहूल लागली. ती गार, मंद हवा, पानांचा सळसळाट सावरीच्या परिचयाचा होता. ती आतुरतेनं वाट पाहत होती. तो पाऊस धावत-पळत तिला भेटण्यासाठी येतो व तिला तुषारांनी ओलीचिंब करून टाकतो. सावरी मोहरून जाते, खुदकन् हसते व म्हणते, ''किती वाट पाहायची रे तुझी? जीव कोरडा होऊन गेला.''

पाऊस म्हणतो, ''धुळीनं किती माखली आहेस तू? तुझं हिरवं लुगडं पण काळंकुट्ट दिसतंय. जरा स्वत:ला हलवलं असतंस, तर बरीच धूळ अंगावरून झटकली गेली असती.''

सावरी म्हणते, ''मन उदास असलं, की काही सुचत नाही बघ. तुझी वाट बघण्यातच माझा वेळ गेला; पण आल्या-आल्या तू मला बोध देऊ नकोस. आता बघ मी हिरवाकंच शालू नेसून, नटूनथटून उभी राहते. माझ्यावर तू वर्षाव केलास. मी न्हाऊन निघाले. आता तू माझं रूप न्याहाळ.''

हिरव्याकंच पालवीचे तुरे फांद्यांवर फाकले व झाडाचं रूपही बदललं. पाऊस पडायला लागला. मोठमोठे थेंब नदीत, तलावात पडायला लागले. पाण्याच्या

धारा त्या त्या जलाशयावर पडतात व पाण्यावर लाटा उठतात. हे सारं दृश्य सावरी तृप्त नजरेनं बघत होती.

सावरी म्हणाली, ''आता माझा रंग चारही दिशांमधून उठून दिसेल. माझ्या अंगाखांद्यावर पक्षी येऊन राहतील व त्यांचा संसार माझ्या डोळ्यांसमोर फुलेल. पक्ष्यांच्या किलबिलाटानं वातावरणही आनंदी होईल.''

आता सूर्याची किरणं व पाऊस यांचा लपंडाव सुरू होतो. त्या किरणांनी पानांवर पडलेले दवबिंदू चकाकू लागतात. ते सुरेख रूप पाहायला पोपटांचा थवा झाडांवरून उडत जात असतो, तो तिथेच थबकतो. सावरीला बघून तिच्यावर विसावतो. त्यातील एक पोपट म्हणाला, ''किती छान नटलाय हो! तुमचा व आमचा रंग हिरवाच. तुमच्या फांद्या सर्व दिशांना पसरल्या आहेत. आमचा संसार तुमच्या निवाऱ्यामध्ये सुखरूप राहील.''

सावरी म्हणाली, ''अवश्य! मला आनंद होईल. माझ्या अंगाखांद्यावर तुमच्या मुलाबाळांचा चिवचिवाट ऐकून मी एकटीच या नदीकाठी उभी आहे. मला तुम्ही दररोज आजूबाजूच्या बातम्या द्याल ना?''

पोपट म्हणाला, ''का नाही? आपण दोस्त ना; मग एकमेकांना मदत करायलाच पाहिजे.''

पोपट आपला हिरवा रंग, लालचुटूक चोच... आपल्या मुलाबाळांच्या मस्तीत राहायला लागला. दुपारची वेळ होती. गार वारा व जोराच्या वादळाच्या सोबतीने पावसाचे आगमन झाले. तेवढ्यात गडद निळ्या रंगाचा, पोटावर हलका पिवळा रंग, लांब चोच असा एक छोटासा पक्षी भिरभिरत त्या सावरीवर येऊन विसावतो. त्याचे तांबडे, नाजूक पाय, सावरीच्या फांदीला घट्ट धरून

बसतात. त्याचे ते सुंदर व नाजूक रूप पोपट न्याहाळत असतो. पावसाच्या सरीवर सरींमुळे आपले पंख दुमडून तो पानांच्या आड बसतो. पाऊस जसा आक्रमक होऊन येतो, तसाच तो थोड्याच वेळात सर्वांना ओलेचिंब करून घाबरवून, धीम्या गतीनं, परतीच्या पावलांनी निघून जातो.

पोपट म्हणतो, ''काय हो पाहुणे, इकडे बघा, मी पोपट. या झाडावरच राहतो. आपलं नाव काय? किती देखणं रूप आहे तुमचं!''

खंड्या पक्षी खूश होऊन, ''कोण, पोपटराव? वा! मी शिकारी खंड्या. पाणथळ जागेच्या ठिकाणी माझं वास्तव्य असतं. मी जेव्हा पाण्यावर हालचाल होते, तेव्हा बाणासारखा झेपावतो नि चोचीनं मासा पकडून नेऊन झाडावर बसून तो गट्ट करतो; पण या वादळामुळे मोठमोठे थेंब जलाशयावर पडतात, तेव्हा

मासे हेरायला खूप त्रास पडतो व पाऊस, वादळ थांबेपर्यंत आम्हाला उपाशी राहावं लागतं. मासा पकडायला तीक्ष्ण नजर, तीक्ष्ण बुद्धी व चपळपणा लागतो. कुठून कुठला पक्षी आम्हाला भक्ष्य करील याचा नेम नसतो. आमचा हा गडद निळा रंग दुरून कोणालाही दिसतो.''

पोपट म्हणतो, ''खरंच की! जेवढे तुम्ही दिसायला सुंदर, तेवढंच तुमचं जीवन धोक्याचं आहे. माझं बरं, हिरवा रंग, हिरवी सावरी व हिरवे पेरू... आम्ही एकाच रंगात मिसळलो आहोत.''

सावरीच्या लवचिक फांदीवर खंड्या झोके घेत बसलेला असतो. त्याची नजर चोहीकडे फिरत असते. अचानक तो पाण्यात सूर मारतो. एका दमात चोचीत मासा घेऊन फांदीवर बसतो. पोपटाकडे एक नजर टाकतो व मासा गट्ट करतो.

खंड्या म्हणतो, ''मासा खाणार काय?''

पोपट म्हणतो, ''नाही रे बाबा. ते तुलाच जमतं. आम्ही फक्त फळंच खाऊ शकतो. आपण पक्षिजीव असल्याची जाणीव, आपल्यातील विश्वास, हेच आपण सांभाळू या.''

सावरी म्हणते, ''वा! किती छान बोललात पोपटराव. चांगलंच सुंदर. तुम्ही दोघंही आपापल्या परीनं सुंदर आहात.''

तिन्हीसांज आता सावरीच्या अंगावर उतरत असते. पोपट व खंड्या आपले डोळे मिटून सावरीच्या उबेत झोपी जातात.

तात्पर्य - भिन्न पक्षी एकत्र नांदतात; मग मनुष्य का नाही नांदू शकत!

मैत्री

पहाटेची वेळ. अजून दवात भिजून हवेतला गारवा सुखावीत होता. एक फिका धुक्याचा ढग उघड्या जमिनीच्या अंगात आरपार निघून गेला. रानात शांतता होती. एका रानकोंबड्यानं आपलं अंग फुलवीत एक पाय लांब करून आळस दिला. गळ्यातल्या गळ्यात पहिली एक रिहर्सल केली व डोळे मिटून, मान उंचावून जोरदार बांग दिली. झाडावर बसलेला हा कोंबडा पंख फडफडवत खाली उतरला. पुन्हा त्यानं पंख फडफडवले व आजूबाजूला न्याहाळलं. दूरवर एका झुडपातून चिमुकला ससा आपले कापसासारखे अंग घेऊन टुणूक टुणूक उड्या मारत कोंबड्याच्या जवळ आला. कोंबडा आपली छाती फुगवून सशासमोर

उभा राहिला. कोंबड्याचं रंगीबेरंगी रूप व रुबाब बघून ससा आपले लांब कान डोलवत म्हणाला, "जंगलाला उठवलंस काय? काय तुझा रुबाब! सर्व पक्ष्यांमध्ये तूच पहिल्यांदा उठतोस व पहाट झाली म्हणून बांग देऊन प्राणिजीवांना उठवतोस."

कोंबड्याने त्याच्या स्तुतीची दखलही घेतली नाही. तो आपल्या दोन्ही पायांनी पाचोळा रागारागाने विस्कटतच होता.

ससा म्हणाला, "कोंबडेदादा, कुठल्या विचारात आहात? आज माझ्याकडे लक्षही नाही. तू कुणावर रागावला आहेस का?"

कोंबडा म्हणाला, "माझी बायको कोंबडी पाच पिलांना घेऊन काल संध्याकाळपासून गायब आहे. या रानात अनेक भीतिदायक जनावरे आहेत. त्यांनी माझ्या पिलांना भक्ष्य तर केलं नसेल ना?"

तेवढ्यात दूरवरून पाचोळ्याचा आवाज ऐकू येऊ लागला. कोंबड्यानं आपली मान उंचावून परत एक बांग दिली. दूरवरून कोंबडीचा प्रतिसाद आला. कोंबड्याला तरतरी आली व तो आपल्याच भोवती दोन्ही पंख पसरवून आनंदानं गिरक्या घेऊ लागला. त्या घेऊन झाल्यावर तो सशाशी संवाद करू लागला.

कोंबडा म्हणाला, ''या जन्मी बाप होऊ नये बघ. किती काळजी या पोरांची! त्यांना अन्नधान्य, किडे पकडून खाऊ घालायचं, मोठं करायचं आणि एक दिवस ती आम्हा म्हातारा-म्हातारीला सोडून दुसरीकडे जातील.''

ससा म्हणाला, ''माझी पण तीच दशा आहे बाबा. मी म्हातारा झालोय. बायकोला रानबोक्यानं फस्त केलं. माझ्या डोळ्यांदेखत तो तिला ओढत घेऊन गेला. तिची दयनीय स्थिती, मदतीची हाक माझ्या कानांत अजूनही घुमते. मी हतबल होतो. काहीच करू शकलो नाही. हे एकटेपण आता नकोसं झालंय. ती गेल्यापासून माझं आयुष्य बेरंग झालंय. जीवनाविषयी आस्था राहिली नाही. माझा

गर्व, अहंकार नाहीसा झाला. एका क्षणात माझं सुंदर संसाराचं स्वप्न धुळीला मिळालं. मी एकटाच बिळात घाबरून बसलेला असतो. या म्हाताऱ्या हाडांच्या उबेसाठीपण माझी सहचारिणी राहिली नाही. तुझी पहाटेची बांग ऐकून मी बिळाच्या बाहेर येतो. तू असलास, की भीती वाटत नाही.''

कोंबडा म्हणाला, ''तू आजपासून माझ्याबरोबरच राहा, या झाडाच्या खाली ढोलीत. मी व माझा संसार झाडावर. कुणी शत्रू आला तर, मी तुला सावध करीन. मग तू लगेच बिळात जा.''

उन्हं डोक्यावर चढू लागली, तसं कोंबड्याचं संतुलन कमी होऊ लागलं. त्याचबरोबर रागाचा पारापण चढू लागला. त्याचं लक्ष आता फक्त आवाजाच्या दिशेला लागलं होतं. मनातल्या मनात त्यानं कोंबडी आल्या-आल्या तिला चोचीनं रक्तबंबाळ करायचा निश्चय केला. हळूहळू पालापाचोळ्याचा आवाज त्याच्या जवळ येऊन उभा राहिला. कोंबड्याची बायको, आपल्या दोन मैत्रिणी कोंबड्या व पिलं घेऊन आली.

कोंबड्यानं तिकडं पाहिलंच नाही. कोंबड्याची नापसंती तिला कळून चुकली. कोंबडी आपली पिलं घेऊन दबकत त्याच्याजवळ गेली. पिल्लांना बघून त्याचा राग नाहीसा झाला. कोंबड्यानं क्वॉक क्वॉक आवाज काढला व आपल्या पंखांनी त्यानं हळूच चापटी मारली. हे पाहून कोंबडीपण तुरुतुरू करत, पंख पसरवत व आपली मान तिरपी करीत कोंबड्याच्या जवळ आली. मग सारा परिवार आनंदानं एकत्रित आपल्या नखांनी पाचोळा विस्कटत, किडे हुडकू लागला.

सशाला मनातल्या मनात पूर्वीचे त्याचे दिवस आठवले.

“माझ्या बायकोच्या संगतीनं माझे आनंदात दिवस कसे गेले हे कळलंच नाही. सतत सावलीसारखी माझ्यासोबत असायची. तिनं कधीही हट्ट केला नाही. जे मिळेल त्यात ती समाधानी होती. आज ती असती तर, मलापण अशी छोटी, सुंदर पिल्लं झाली असती. त्यांच्याबरोबर माझी संध्याकाळ कशी सरली, हेपण कळलं नसतं. त्या दुष्ट रानबोक्यानं एका क्षणात माझं जीवन दुःखमय केलं.”

कोंबडा म्हणाला, ''ससेदादा, एवढं दुःखी मन करून बसू नका. आमच्याबरोबर या. आपण सर्व मिळून एकत्र खेळू या.''

कोंबड्याच्या सांत्वनानं सशाच्या डोळ्यांत पाणी आलं व तो त्याच्यासमोर आपलं मन मोकळं करीत म्हणाला, ''नदीच्या किनारी हिरव्या लुसलुशीत गवतानं आपलं साम्राज्य पसरवलेलं होतं. पहाटेचे दवबिंदू त्यावर मोत्याची झालर होऊन चमकत होते. हे दृश्य माझ्या पत्नीला हवंहवंसं वाटलं. तुझी बांग ऐकून आम्ही दोघं बाहेर पडलो. या हिरव्यागार गवताचा मनसोक्त आस्वाद घेतला. दुपारच्या उन्हाचे चटके लागले, तेव्हा भानावर येऊन आम्ही परतलो. मस्तपैकी झोप काढली. तिन्हीसांजेला डोळे उघडले तेव्हा सूर्य क्षितिजात विलीन होत होता व पूर्वेकडे चंद्राचं हळूहळू आगमन होत होतं. माझं पोट भरलेलं होतं; पण तिला परत भूक लागली. कारण ती गर्भवती होती. तिच्या हट्टाखातर परत त्या हिरवळीचा मोह तिला आवरला नाही. ती पुढे मी मागे असे

दगडधोंड्यांतून निघालो होतो. तेवढ्यात दगडाच्या पाठीमागून दबकत दबकत काळा, भलामोठा, लाल डोळ्यांचा क्रूर रानबोका जिभल्या चाटत एकदम पुढे आला. हे संकट काही कळायच्या आत डोळ्यांसमोर उभं राहिलं. एका क्षणात माझ्यादेखत त्या बोक्यानं तिच्यावर झडप घातली. तिचं मदतीचं असह्य ओरडणं ऐकून माझ्या कानठळ्या बसल्या. तो जसा आला, तसा तिला फरफटत तेवढ्याच चपळाईनं माझ्यादेखत नाहीसा झाला. त्या दिवसापासून मी एकटाच हतबल होऊन रानावनात फिरतोय.''

त्या लाल माणकासारख्या डोळ्यांतून अश्रू घळाघळा वाहू लागले. कोंबडा गहिवरून म्हणाला, ‘‘या जन्मात दररोज जन्म-मृत्यूचं चक्र चालूच आहे. जगण्यासाठी कुणीतरी कुणाचा तरी फडशा पाडतो. आपण हुशारीनं व चाणाक्षपणे जगायला हवं. आमचा संसार तो तुझाच संसार असं समजून

तू आमच्याबरोबर राहा. जे परमेश्वरानं आपल्या वाट्याला दिले आहेत ते भोग भोगायलाच पाहिजेत. दुःखी राहू नकोस.''

कोंबडा-कोंबडी हळूहळू सशाच्या जवळ जातात व आपल्या पंखांनी हळुवार त्याचे डोळे पुसतात. आई-वडिलांबरोबर पिल्लं पण सशाजवळ जातात व त्याच्या अंगाखांद्यावर नाचू लागतात. ससा पण आपलं दुःख विसरून त्याच्या आनंदात सामील होतो.

तात्पर्य - निराश मनाला आनंद देणे.

सृष्टी

आणि इतर गोष्टी

मधुमती शिंदे

हे पुस्तक **माझं** आहे.

-.-.-.-.-.-.-.-.-.-.-.-.-.-.-.-.-.-

-.-.-.-.-.-.-.-.-.-.-.-.-.-.-.-.-.-

मेहता पब्लिशिंग हाऊस

SRUSHTI ANI ITAR GOSHTI
by Madhumati Shinde

सृष्टी आणि इतर गोष्टी / बालसाहित्य
मधुमती शिंदे, २२४/ई, ताराबाई पार्कसमोर
शिंदे बंगला, कोल्हापूर ४१६ ००३

प्रकाशक : सुनील अनिल मेहता
मेहता पब्लिशिंग हाऊस, १९४१, सदाशिव पेठ,
माडीवाले कॉलनी, पुणे ३०
☎ ०२०-२४४७६९२४
E-mail : author@mehtapublishinghouse.com
Website : www.mehtapublishinghouse.com

मुद्रक : स्पेक्ट्रम ऑफसेट, एरंडवणा, पुणे ०४

प्रथमावृत्ती : एप्रिल २०१९

मुखपृष्ठ व आतील चित्रे : सरदार जाधव

पाच पुस्तकांचा संच

एकीचे बळ

गार वारा गिरक्या मारत, भिरभिरत झाडाच्या पानांना हलवितो. झाडाला ते असह्य होतं; पण त्याची पिवळी, निर्जीव पाने दूर करतो व त्यांना झाडाच्या पायथ्याशी पाडतो. ग्रीष्म ऋतू आपली सर्व पृथ्वीवरची थंडी समेटून ढगांमध्ये गुंडाळून दूर गावी जायला निघतो. आता पहाटेचा गारवा तेवढा थोडाफार आपला खेळ खेळत असतो; कारण आता वसंत ऋतूचं आगमन होणार असतं.

निर्जीवापासून सजीवाकडे सर्व सृष्टीला मुक्त करायचं असतं व झाडांना हिरवीकंच पालवी द्यायची असते.

आता कुठे झाडांना हिरवी पालवी बहरू लागली आहे. त्या पालवीचा आस्वाद घेण्यात खारूताई मग्न असतात. सैरावैरा पसरलेल्या उंबराच्या झाडावर आपलं घर करायचा ती बेत करते. आज खारूताई खुशीत होती. किती दिवसांनंतर तिला हिरवी पालवी व फळं खायला मिळाली! आपली शेपटी अँटेनासारखी उंच करीत, चीत्कार करीत ती या फांदीवरून त्या फांदीवर उड्या मारीत होती. शांत झोपी गेलेलं मुंगूस तिच्या आवाजानं उठतं व वर तोंड करून खारूताईला विचारतं, ‘‘हा आनंद आहे का राग आहे?’’

खारू म्हणते, ‘अरे, हा एवढा सुंदर वृक्ष फळाफुलांनी बहरलेला... आता मला माझा संसार थाटायचा आहे. हे वातावरण पोषक आहे. अर्थातच आनंद आहे.’’

मध्येच पोपट म्हणतो, ‘‘खारूताई, मला पण हे उंबर खायला आवडतं. आता आपल्या दोघांची मेजवानी आहे.’’

मुंगूस म्हणतं, ‘‘मलापण थोडी फळं टाकत जा.’’

महादू हा आठ-दहा वर्षांचा मुलगा बकऱ्या घेऊन उंबराच्या झाडाखाली बसला होता. त्याचं चित्त कशातच नव्हतं; कारण बापानं सुट्टीच्या दिवशीपण त्याला पहाटे उठवून बकऱ्या चारायला पिटाळलेलं असतं. तो आता आईनं दिलेली भाकरी खाऊ लागतो. तेवढ्यात खारूताई सरसर करून झाडावरून खाली उतरते व न घाबरता दोन पायांवर उभी राहून चिरचिर आवाज करत महादूकडे पाहू लागते.

महादू म्हणतो, ''अगं हो, तुला सोडून मी कशी भाकरी खाईन? रविवार हा फक्त तुझा नि माझा एकत्र भोजन करण्याचा.''

खारूताई दोन पायांत भाकरीचा तुकडा घेऊन झाडावर निघून जाते.

संध्याकाळची किरणं शेतावर पसरली होती. आकाश निरभ्र होतं. अंगाला झोंबणारा गारवा होता. झाडंझुडपं शांत झोपी गेली होती. तेवढ्यात मुंगूस बिळातून बाहेर येऊन म्हणतं, ''खारूताई, जागी आहेस का? थंडी वाजते का?''

खारूताई म्हणते, ''हो रे, आज महादूनं मला पोटभर भाकरीचा तुकडा दिला. स्वत: थोडी भाकरी खाल्ली. मुलगा प्रेमळ आहे. माणसाची जात तशी प्रेमळच. न चुकता तो मला दर रविवारी भाकरीचा तुकडा आणून देतो.''

मुंगूस म्हणतं, ''पोट भरलंय ना, आता खरं आहे तुझं. माणूस जेवढा चांगला तेवढा वाईट; पण आपण त्याची एक बाजू बघितली आहे. अंधार पडू लागलाय. आता शांत झोप.''

त्या उंबराच्या झाडावरचे दूरवर चारा हुडकायला गेलेले पक्षी निवाऱ्यासाठी परत येतात. भिन्न स्वरूपाचे, भिन्न स्वभावाचे पक्षी गुण्यागोविंदानं झाडावर नांदत होते. पक्ष्यांचा किलबिलाट आता शांत झाला व सर्व जण गाढनिद्रेमध्ये गेले.

सूर्याची किरणे आता पृथ्वीवर उतरायला संथ पावलांनी ढगाबाहेर येतात. सोनेरी किरणे पक्ष्यांच्या अंगावर व पानांवर पडतात. ऊब मिळताच पक्षी किलबिल करीत अन्नासाठी उडायच्या तयारीला लागतात.

पोपट म्हणतो, ''खारूताई ऊठ. पहाट झाली. किरणे आली तरी झोपली आहेस.''

खारूताई म्हणते, ''मला आता आराम पाहिजे. चार-पाच दिवसांत मला पिल्ले होणार आहेत. खाली उतरणे मला अशक्य आहे.''

पोपट म्हणतो, "अरे वा! चांगलीच बातमी. ऐका हो मित्रांनो, आता आपल्याकडे खारूताईची छान पिल्ले येणार आहेत. आपण सर्वांनी त्यांची काळजी घ्यायची आहे. आपण तिला खायला फळे आणू या व तिची काळजी घेऊ या. मुंगूसदादा, आम्ही उडून गेलो की, तू तिचं रक्षण कर."

बघता बघता दिवस सरतात व एक दिवस त्या सर्वांना झाडावर एक आनंदाची बातमी कळते की, खारूताई आई झाली आहे. तिच्या अवतीभोवती सर्व पक्षी फेर धरून नाचू लागतात. खारूताई सुखावते.

तप्त दुपारच्या झळा उंबराच्या गर्द हिरव्यागार पानांतून खारूताईच्या पिल्लांवर पडतात. कोमल कांतीची पिल्लं नाजूक आवाजात ओरडू लागतात. खारूताई लगेच पटकन एका फांदीवर चढते व ती वाकवून त्यांना सावली देते. झाडावरचे सर्व पशुपक्षी दाही दिशांना अन्नासाठी गेलेले असतात. मुंगूसपण

जवळच भक्ष्य मिळतंय का बघायला गेलेलं असतं. खारूताईला लवकर येण्याचा वायदा करून ते जातं.

उंबराच्या झाडाजवळच एक भलं मोठं चिंचेचं झाड असतं व त्याच्या ढोलीत एक नाग राहत असतो. पिलांना पाहून तो त्यांच्या दिशेची चाहूल घेतो व सरपटत फांद्या-फांद्यांवरून धीम्या गतीनं पिल्लांकडे जायला लागतो. खारूताईच्या तीक्ष्ण कानांवर सरपटण्याचा आवाज येतो. ती पाहते तर एक नाग पिल्लांकडे येत असतो. ती घाबरून जोरजोरात मदतीसाठी चीत्कारू लागते. तिचा तो आवाज वनात घुमतो व जवळपास असलेले सर्व पक्षी आपलं अन्न सोडून त्या झाडावर एका क्षणात पोहोचतात. मुंगूसही झाडाच्या पायथ्याशी येऊन उभं राहतं व म्हणतं,

"खारूताई, धीर धर. घाबरू नकोस. आम्ही आहोत तुझ्या बाळाचं रक्षण करायला."

पोपट व सर्व पक्षी त्या नागावर हल्लाबोल चढवितात. त्याला टोचून रक्तबंबाळ करतात. बेसावध नाग खाली जोरात आपटतो. पडल्या-पडल्या एका क्षणात मुंगूस चवताळून त्याच्यावर झेप घेतं व त्याचा फडशा पाडतं. सर्वत्र शांतता नांदू लागते. एक मोठं संकट टळलेलं असतं. खारूताई आपल्या पिल्लांना पोटाशी घेऊन अश्रू ढाळते.

मुंगूस म्हणतं, "मी भक्ष्य शोधायला गेलो; पण भक्ष्य बसल्या जागी मिळालं. नागाचा फडशा

पडल्यामुळे तुझी पिल्लं आता सुखरूप राहतील.''

खारूताई म्हणाली, ''माझी पिल्लं मोठी होईपर्यंत तुम्ही सर्व माझ्याजवळच राहा. मला या जिवांची धास्ती वाटते. तुमच्यामुळेच माझी ही कोवळी पिल्लं वाचली. आपण सर्व जण या वृक्षावर गुण्यागोविंदानं राहतो व कठीण संकटावर मात करतो. तुम्ही सर्व जण होता म्हणून मी आज जिवंत आहे. तुमचे माझ्यावर अनेक ऋण राहतील.''

पोपट म्हणतो, ''आज तुझ्यावर जी वेळ आली, तशी आणखी कुणावरही येईल; पण आपण सर्व एकीत आहोत म्हणून शत्रूचा नायनाट करू शकू.''

तात्पर्य : एकीने अडचणीवर मात होते.

कपट

भर उन्हाळ्याचे दिवस असतात. झाडे अर्धी बोडकी दिसत असतात. जंगलाला नुकतीच पहाटेची चाहूल लागलेली असते. पहाटेच्या मंद वाऱ्याच्या झुळकीने झाडाला राहिलेली थोडीफार पाने हलत असतात. झाडाच्या पायथ्याशीही पाचोळा गोळा झालेला असतो. सूर्याची सोनेरी किरणे त्या पानांवर पडल्यामुळे ती पाने सोन्यासारखी चमकत असतात. एक अस्वल डोहाच्या काठाशी झाडाला टेकून हे रूप डोळ्यांत साठवत असते. पाण्याच्या खळखळाटाकडे त्याचे लक्ष जाते व आपले भले मोठे मस्तक ते पाण्यात बुडविते. त्याला गार स्पर्श बरा वाटतो. पाण्याचे तुषार आपल्या अंगावर घेत, ते

पाण्यात फतकल मारून बसते. त्याच्या अंगाची लाही हळूहळू कमी होत जाते. त्याला तरतरी येते व ते बाहेर उठून येणार एवढ्यात त्याला एक गवा- रंगाने तपकिरी, काळ्या, तुकतुकीत मोठ्या शिंगांचा, कपाळावर राखी रंग- असा हा रानरेडा फुत्कार टाकत संथ गतीने पाण्यात उतरतो. पाण्याचे तुषार अस्वलाच्या अंगावर उडतात. अस्वल अंग झटकत म्हणते, ''काय नाक फुगवून आला आहेस? कोणावर एवढा राग? आजूबाजूला न बघता बेदखल पाण्यात बसलायस.''

गवा आपली लालबुंद नजर अस्वलावर रोखत म्हणतो, ''तो लांडगा रे, अचानक माझ्या पाठीमागून आला. मी बेसावध

असताना त्यानं जोरात माझा पाय धरला. त्याला मी लाथ मारली; पण तो चिवट प्राणी परत माझ्या अंगावर धावून आला. शेवटी नाइलाजानं शिंगांनी त्याला भोसकलं. त्याची मांडी फाटली वाटतं. आता तो कुईकुई करत झुडपात पडलाय.''

गवा पाण्यातून बाहेर येतो. उन्हाच्या झळा त्याला असह्य होत असतात. अस्वल व गवा एका भल्या मोठ्या वृक्षाखाली बसतात. गवा आपली पायाची जखम चाटत शांतपणे बसतो.

अस्वल म्हणते, ''जखम मोठी आहे का रे? ती लांडग्याची भक्ष्यावर चटावलेली नजर पाहून हे दुष्ट प्रवृत्तीचे प्राणीच वाटतात. त्यांना आपल्यापेक्षा मोठ्या प्राण्यांची शिकार करायला फार आवडते. ते झुंडीने हिंडतात व आपल्या काटकुळ्या पायांनी दूरवर पळू शकतात. त्यांना कुठल्याही प्राण्याबद्दल दयामाया नाही. भूक असो वा नसो; ते त्याचा फडशा पाडतात व अर्धवट खाऊन तसेच टाकून निघून जातात.''

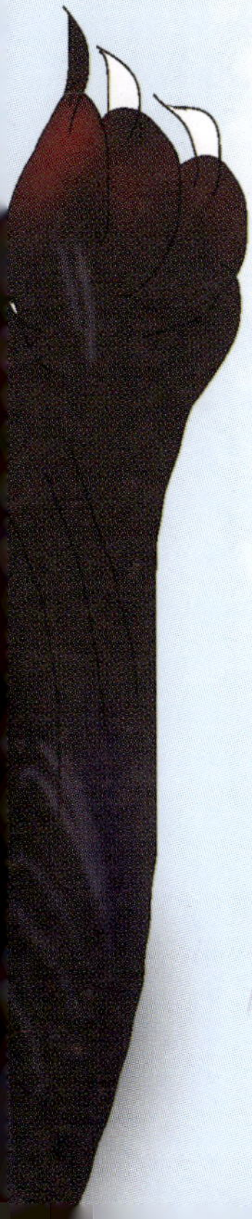

लांडगा कण्हत एका झुडपात पडलेला असतो. त्याचे मित्र त्याला शोधत असतात व त्याची ही अवस्था बघून एक लांडगा म्हणतो,

"काय झालं? असा कसा पाय मोडला? आणि अंगभर रक्तानंही माखला आहेस. दुर्गंधीपण येत आहे."

जखमी लांडगा, "अरे, मी नदीकिनारी दगडातला खेकडा पकडायला गेलो. पंजानं जरा दगड हलवला, तर तो भला मोठा दगड गडगडत येऊन माझ्या पायावर पडला. तो काढताना या जखमा झाल्या. दोन दिवसांनी मी बरा होईन. मला तुम्ही दोन दिवस भक्ष्य आणून दिलं तर बरं होईल."

एक म्हातारा लांडगा म्हणतो, "अक्कल नाही आधीच तुला. त्यात तुझ्या फुशारक्या ऐकून कंटाळा आलाय. कळप सोडून एकटाच हावरटासारखा शिकार

करायला जातोस. सर्वांबरोबर मिळेल ते खायला तुला आवडत नाही. तुझी ही स्थिती पाहवत नाही. आम्ही तुला दररोज शिकार आणून देऊ, तू बरा होईपर्यंत. सांभाळ स्वत:ला; धडपड करू नकोस.''

लांडगा मनातल्या मनात म्हणतो, 'ह्यांना काही दयामाया आहे की नाही? मित्र म्हणे! नुसता उपदेश देऊन गेले. मी बरा झालो की बघतोच एकेकाला.'

काही दिवसांनंतर लांडगा त्या झुडपात आपल्या पायांनी इकडेतिकडे घसटत राहतो. उन्हाचे चटके त्या जखमांना ऊब देत असतात. जखम बरी व्हायला अजून

बराच अवधी लागेल. अंगात शक्ती नसते. त्याचे मित्र दोन-चार दिवस भक्ष्य आणून देतात; पण नंतर कुणीच त्याच्याकडे फिरकत नाही.

लांडगा स्वत:शी म्हणतो, 'त्या गव्याने किती जोरात शिंगे खुपसली माझ्या मांडीत! मांडी शिंगांनी फाडली व मला जोरात दूरवर फेकलं. मला तो प्राणी संथ, धूड मोठे; पण अक्कल कमी वाटली. दया नाही. त्याचे ते लाल डोळे म्हणजे .... नको रे बाबा! आता तो दिसला तरी लांब पळायचं. कठीण परिस्थितीत कोणी कोणाचं नसतं. मित्रांच्या जिवावर मी शिकारीचं धाडस केलं; पण मीच फसलो गेलो. एकटा पडलो.'

दुपारची वेळ. जोराचा वारा रानावनांत घुमू लागतो. झाडे एकमेकांना घासू लागतात. वाऱ्याच्या घोंघावणाऱ्या आवाजामुळे जंगल हादरून जाते. पशुपक्षी घाबरून आपल्या निवाऱ्याकडे धाव घेतात. बघता-बघता जंगलात वणवा पेटतो. जो-तो आपला जीव वाचवण्यासाठी सैरावैरा पळू लागतो. त्याचे मित्र झुंडीने

त्याच्याजवळून पळत गेले; पण कुणीच त्याच्याकडे पाहिले नाही. लांडगा केविलवाणा होऊन त्याला वाचवण्याची याचना प्रत्येकाकडे करू लागतो. लांडगा झाडावरून उड्या मारणाऱ्या माकडाला कण्हत म्हणतो, ''मला मदतीची भीक द्या. मला फरफटत का होईना, झाडावरून सुखरूप जागेवर न्या.''

माकड म्हणते, ''ताकद व कुवतीपेक्षा जास्त मस्ती केलीस, ती तुला नडली. जसे करावे तसे भरावे. तो गवा संथपणे चाललेला. तो केवढा अजस्त्र; तू केवढा, याचा विचार तरी करायचा. बरं, मी जातो. तू व तुझे नशीब.''

अग्नीचे लोट जिभल्या चाटत हळूहळू लांडग्याच्या दिशेने येऊ लागतात. झळांचा लोट हळुवारपणे साऱ्या जंगलात पसरतो. लांडग्याला वाटते, 'आता हा आपला शेवटचा क्षण. पृथ्वीवर कोणी कुणाचं नाही. परमेश्वरा, मला माफ कर,' असे म्हणून तो गुपचूप पडून राहतो. तेवढ्यात जमीन हादरल्याचा त्याला भास

होतो. आता त्याच्या कानांवर टापटाप असा असंख्य पायांचा आवाज येऊ लागतो. तो डोळे उघडून बघतो, तर अनेक गवे आपली शेपटी वर करून भयभीतपणे पळत होते. अचानक लांडग्याजवळ एक गवा थांबतो. त्याने आपले भलेमोठे लाल डोळे लांडग्यावर रोखले व आपली शिंगे जमिनीवर टेकवली.

लांडगा म्हणाला, 'आता मी मेलोच.'

गवा म्हणाला, ''घाबरू नकोस, मी तुला माझ्या शिंगांवरून पाठीवर घेतो. गच्च धरून बैस. रान पेटलंय व ते पेटत इथपर्यंत येईल. चल, बैस लवकर.''

लांडगा गडबडीने कण्हत कसाबसा गव्याच्या पाठीवर बसतो. रेडा त्याला धीम्या गतीने नदीपलीकडे सुखरूप पोहोचवतो.

लांडगा डोळ्यांत अश्रू आणून म्हणतो, ''मी किती दुष्ट आहे! तुला चावायला निघालो. बेसावध असताना तुझ्यावर हल्ला केला; पण आज तूच मला वाचवलंस. माझे सवंगडीपण मला सोडून गेले. विपरीत काळी कुणी कुणाचं

नाही बघ. तूच मला जीवदान दिलंस. तुझा रंग काळा, शरीर अजस्त्र; पण तुझं मन मोठं, कोमल व स्वच्छ आहे. शेवटी तूच मला वाचवलंस. थँक्स मित्रा.''

गवा म्हणतो, ''असू दे रे. नीट राहा. कपटी स्वभाव सोडून दे. सुखी राहशील. स्वच्छ मन ठेव. सर्व जग तुझं होईल. कुणी बेसावध असताना त्यावर हल्ला करू नकोस. आपली कुवत बघून शिकार कर. सांभाळ स्वत:ला.''

तात्पर्य - कपटी स्वभाव नसावा.

सृष्टी

रघू आपल्या भल्या मोठ्या बंगल्यात झोपलेला होता. त्या बंगल्याच्या आजूबाजूला फळांची, फुलांची अनेक झाडं होती. त्याच्या जुन्या घराला शोभण्यासारख्या भल्यामोठ्या खिडक्याही होत्या. खिडकीजवळच एक बहरलेलं सीताफळाचं झाड होतं. फळं खायला दररोज तऱ्हेतऱ्हेचे छोटे-छोटे रंगीबेरंगी पक्षी येत. एक छोटासा पक्षी भुर्रकन उडून खिडकीच्या गजावर येऊन बसतो. तो सहज आपली मान तिरपी करून खोलीत बघतो, तर एक चार वर्षांचा मुलगा पलंगावर गाढझोपलेला असतो. सूर्याची किरणं रघूच्या खोलीत पसरलेली असतात. त्याच्या खोलीत दुसरं कुणीच नसतं.

पक्षी म्हणाला, "रघू, ऊठ ना रे, सूर्यकिरणांना घेऊन मीपण तुझ्या खोलीत आलो आहे. आळस झटक."

रघू डोळे चोळत, ''तू कोण आहेस? हां, छोटा बुलबुल होय; तू तर माझा दोस्त!''

बुलबुल म्हणतो,''मग लवकर ऊठ बघू. मी एवढा छोटा; पण पहाटे पहाटे आम्ही दूरवरून उडतउडत तुझ्या बागेत येतो. तुझ्या बागेतली फळं खाऊन आम्हाला शक्ती मिळते.''

रघू गडबडीनं उठतो व त्याची छोटी पावलं खिडकीजवळ जातात.

रघू म्हणतो, ''मी जरा ब्रश करून येतो. तू जाऊ नकोस.''

रघू गडबडीनं तोंड पुसत खिडकीजवळ येतो व पाहतो तर तिथे बुलबुल नसतो. रघू खिडकीबाहेर बघत हाक मारतो, ''बुलबुल, ए बुलबुल.''

बुलबुल आपला रसाळ सीताफळं खाण्यात मग्न असतो. तो रघूची हाक ऐकून पट्कन खिडकीजवळ येतो. रघू म्हणतो,''आता मी दुधात हॉर्लिक्स घालून पिणार आहे ताकदीसाठी नि ब्रेडला लोणी लावून खाणार आहे. मी शक्तिमान होणार आहे.''

बुलबुल खुदकन हसतो- ''अरे, देवानं तुझ्या घरासमोर खूप फळझाडं दिली आहेत. ती ताजी फळं हॉर्लिक्सपेक्षाही पौष्टिक आहेत. पेरू, सीताफळ, चिक्कू अशी अनेक रसाळ फळं तू रोज खात जा. मी कुठे ब्रश करतो? हॉर्लिक्स पितो?;

पण माझ्यात तुझ्यापेक्षा जास्त ताकद आहे. आम्ही गगनामध्ये मनसोक्तपणे दूरवर उडत राहतो. ना शाळा, ना मास्तर, आम्ही आमचेच कलाकार.''

रघूच्या कानांवर आईची हाक ऐकू येते. रघू गडबडीनं खिडकीवरून खाली उतरतो व बुलबुलला उद्या यायचा वायदा करून खोलीबाहेर पडतो. आज त्याला शाळेत जायची इच्छा नसते. त्याला पण पक्ष्यांसारखं मनसोक्त उडावंसं वाटतं; पण...

दुसऱ्या दिवशी रघू लवकरच उठतो व खिडकीजवळ बुलबुलची वाट बघत असतो. बुलबुल सीताफळ खाण्यात मग्न असतो.

रघू म्हणतो, ''बुलबुल, मी आज लवकर उठलो. ब्रशपण केलंय. तू आता माझ्याशी बोलायला ये. अजून अंघोळ करायची आहे.''

बुलबुल म्हणतो, ''आम्ही अंघोळपण करत नाही; तरीपण आमचं शरीर स्वच्छ असतं. आकाशात उडताना पंखांमध्ये वारा जातो व स्प्रे मारल्यासारखं आमचं शरीर स्वच्छ होतं. आम्ही नदीत पोहतो, झाडावर चढतो, आकाशात उडतो; पण तुला फक्त चालता येतं.''

रघू म्हणतो, ''मला रोज अंघोळ व ब्रश करायचा कंटाळा येतो व ते स्कूलचे टाईट कपडे घालायलाही मला आवडत नाहीत. बुलबुल, तू कुठे कपडे घालतोस? तरी तुला कुणी हसतं का? माझी आई मला म्हणते, 'चड्डी घाल, नाहीतर सगळे जण तुला हसतील. आमचा कुत्रा रॉकी, मनीमाऊ कुठे कपडे घालतात; मग मलाच आई कपडे घालायचा आग्रह का करते?''

बुलबुल म्हणतो, ''तीच तर गंमत आहे तुमच्या माणसांची. तुम्ही लोकं आमच्यापेक्षा खूप शहाणी असं समजता व घर-कपडालत्त्यासाठी आयुष्य वेचता. रात्रं-दिवस सुखाच्या पाठीमागे लागता. निसर्गाचा आनंद तुम्ही पूर्णपणे घेत नाही. खरं तर सुख आम्ही भोगतो. आम्हाला ना कशाची चिंता, ना घर, ना

औषधपाणी. आम्ही मस्त गगनामध्ये उडत राहतो. दिवसाच्या रंगीबेरंगी रूपामध्ये स्वच्छंदीपणे उडत राहतो. जसं परमेश्वरानं पृथ्वीवर पाठवलंय तसं जगतो. त्यात बदल करत नाही.''

रघू म्हणतो, ''मला तुझ्या मोठ्या-मोठ्या गोष्टी कळतच नाहीत. तू माझ्यापेक्षा हुशार आहेस. मला आता शाळेला जायला पाहिजे.''

शाळेत गेल्यावर रघू मित्रांना बुलबुलच्या गप्पा सांगतो; पण त्याच्या बोलण्यावर कुणी विश्वास ठेवत नाही. सगळे मित्र त्याला हसतात.

आईच्या कुशीत गाढझोपी गेलेला रघू लवकरच उठतो. त्याची आई केव्हाच उठून कामाला लागलेली असते. आळोखेपाळोखे देत रघू खिडकीजवळ येतो व बुलबुलला पाहून आनंदानं टाळ्या वाजवितो.

बुलबुल म्हणतो, "अरे वा! असंच पहाटे लवकर उठत जा. व्यायाम कर. आम्ही बघ कसे या झाडावरून त्या झाडावर उड्या मारतो... गगनात भरारी घेतो... दूरवर उडत पंख हलवतो... सुंदर गाणीपण म्हणतो. तूपण पहाटेचा आनंद घे. सृष्टी बघ केवढी नटलेली आहे, ते घराबाहेर येऊन पाहा. माझ्यासारखे अनेक छोटे-मोठे रंगीबेरंगी पक्षी तुला दिसतील. आपल्या लांबलचक चोचीने फुलातला मध कसा पितात ते पाहा. ते स्वत:च आपलं पोट भरतात. त्यांना भरवायला आई लागत नाही."

रघू म्हणतो, "बुलबुल, मी उद्यापासून लवकर नक्की उठेन व बागेत जाऊन बाबांबरोबर व्यायाम करेन. आईला त्रास देणार नाही. तुझ्यासारखा मीपण स्वावलंबी होईन. आय प्रॉमिस."

बुलबुल म्हणतो, "तुझ्या मित्रांना पण लवकर उठून सृष्टीचा आनंद घ्यायला व फळं खायला सांग. त्यामुळे तुम्हाला ताकद येईल व निरोगी राहाल व आपली सृष्टी किती विशाल व सुंदर आहे. तिचा पुरेपूर आस्वाद घ्या, त्यामुळे तुमचं जीवन सुखमय होईल."

तात्पर्य - सृष्टीचा उपभोग घ्यावा.

गर्विष्ठ भारद्वाज

एका डेरेदार आणि हिरव्यागार लिंबोणीच्या झाडावर एक भारद्वाज पक्षी होता. डोमकावळ्याच्या आकाराचा, लांब शेपटीचा, तांबूस पंख, लाल माणकासारखे चमकणारे डोळे असा हा धूर्त पक्षी गर्वानं फुलला होता. त्याचा राग अनावर झाला होता. कुणाला टोचून रक्तबंबाळ करू, असं त्याला वाटत होतं. आज त्याला उंदीर, बेडूक, पाली असं काहीच भक्ष्य मिळालं नव्हतं. त्याची भूक अनावर झाली होती. त्यातच त्याची मादी त्याला सोडून दुसऱ्या नराबरोबर दूरवर गेली होती, परत न येण्याचा वायदा देऊन.

दररोजचं भांडण तिला असह्य झालं होतं. तिला टोचून बोलणं, कमी लेखणं यात भारद्वाजला अभिमान वाटायचा. ती दररोज त्याला तऱ्हेतऱ्हेचे किडे आयते आणून द्यायची.

आता तो एकटाच उदास मनानं अश्रू ढाळत बसला होता. ना कुणी त्याच्याशी भांडायला, ना कुणी पंखांनी, चोचीनं आनंद द्यायला, प्रेमानं खाऊ घालायला होतं. बायको सोडून गेल्यानंतर त्याला तिची किंमत कळून चुकली. तिचा किती आधार होता! क्षणाक्षणाला धीर द्यायची. कितीही रागावलं तरी ते विसरून प्रेम करायची. आता ती कुठे असेल... पुन्हा परत येईल का... या विचारात तो फांदीवर मान टाकून दुःखी मनानं बसला होता.

ढगांची नगाऱ्यावर पडलेली पहिली टिपरी त्याच्या कानांवर पडली. त्यानं चमकून पूर्व दिशेला पाहिलं, तर क्षितिजावर ढगांनी दाट काळीभोर रांग धरली होती. विजा चमकून पावसाच्या आगमनाची चाहूल देत होत्या. हवेमध्ये हळूहळू गारवा घुसत होता. पहिल्या पावसाच्या गार वाऱ्याबरोबर जमिनीचा खरपूस सुगंध त्या पक्ष्याच्या नाकात शिरला; त्यामुळे त्याचं डोकं जरा शांत झालं. पावसापासून बचाव करायला अनेक पक्षी त्या झाडाचा आसरा घ्यायला आले. सर्व जण त्याच्या दु:खी चेहऱ्याकडे बघत होते; पण त्याच्या रागीट स्वभावामुळे कुणीच त्याचं सांत्वन करायला जात नव्हतं. त्याच वेळी पोपटांचा हिरवागार थवा उडत-उडत त्याच्याजवळ आला.

एक पोपट म्हणाला, "असा उदास, निर्विकार चेहरा करून का बसला आहेस? तुझी मालकीण अजून आली नाही म्हणून का? या पावसात ती भिजली असेल व वाट सापडत नसेल. पाऊस थांबला की, ती नक्की येईल. तीपण कुठल्या तरी झाडाचा आसरा घेऊन थांबली असेल."

भारद्वाज पक्ष्याच्या डोळ्यांतून अश्रू गळू लागले व म्हणाला, "नाही रे मित्रा, मी तिच्याशी खूप वाईट वागलो. टोचून बोलत होतो. ती माझ्या भांडखोर

वृत्तीमुळे कंटाळून माझ्या एका मित्राबरोबर उडून गेली.''

जमिनीवर पडणाऱ्या टपोऱ्या थेंबांबरोबर भारद्वाजचे अश्रू पण त्यात मिसळत होते. त्याला दुःख अनावर झालं होतं.

पोपट म्हणतो, ''मित्रा, तू चुकलास. परमेश्वरानं आपल्याला जो सोबती दिला आहे, त्याच्याशी तू बेइमान झालास. तुझा गर्वच तुला नडला. जिवापाड प्रेम करणारा साथी तुला सोडून गेला. आता तुझा राग आवर. दुसऱ्याचे दोष काढत बसण्यापेक्षा आपले दोष बघ. जे पदरी आलं त्यात समाधान मान. तू सर्वांशी चांगला वागलास, तर तुझं नाव पंचक्रोशीत होईल आणि तुला असंख्य मित्र लाभतील. तुझा साथी समंजस आहे. ती तुझ्याकडे नक्कीच परत येईल. सर्वांवर प्रेम करायला शीक.''

भारद्वाज व पोपटाचं संभाषण सुरू असतानाच त्यांच्यासमोर चिमणा-चिमणी आपलं चिंब भिजलेलं अंग घेऊन झाडाच्या आडोशासाठी येतात. चिमणी बिचारी मान खाली घालून

शांत चित्तानं गप्प बसलेली असते. चिमणा डोळे वटारून आपले पंख पसरून तिला रागावत होता. चिमणा म्हणत होता, ''सांगत होतो, लवकर चल, पाऊस धरलाय. आभाळ काळंकुट्ट झालंय. वाट गवसणार नाही; पण नाही- दाणे टिपण्यात, हावऱ्यासारखे खाण्यात तू मग्न होतीस. आजूबाजूचं तुला भान नव्हतं. तुझ्यामुळे मी पूर्ण ओलाचिंब झालो आहे. अंगात हुडहुडी भरली आहे.''

चिमणी कळकळून म्हणते, ''मला माफ कर गड्या. तुझ्यासाठीच अन्नासाठी, तुझं पोट भरत नाही म्हणून खूप लांब रानात उडत गेले. एवढा लांब पल्ला मला ध्यानात आला नाही. त्यात हे आभाळ भरून आलेलं, विजांचा कडकडाट, पावसाच्या सरींवर सरी, त्यामुळे मार्ग सापडत नव्हता. आपण दोघंही अंगावर पावसाचा वर्षाव झेलत, धडपडत कसेबसे इथं आलो.''

चिमणी बोलत-बोलत हळूहळू चिमण्याजवळ येते व चोचीनं त्याच्यावर माया करत म्हणते, ''माझ्या पंखांनी मी तुझ्या पंखांना वाळवते. रागावू नकोस.''

चिमणा म्हणतो, ''नाही गं राणी. तू पण ओलीचिंब झाली आहेस. मला माफ कर.'' तिला तो हळुवारपणे जवळ घेतो.

लिंबोणीच्या झाडाखाली दुःखी मनानं बसलेल्या भारद्वाजाला चिमणा-चिमणीचं प्रेम पाहून आपले सुखाचे दिवस आठवतात. आपली जीवनसाथी,

आपली पिल्लं व सहचारिणी मनापासून माझी व पिलांची निगा करायची. माझा अक्राळविक्राळ राग ती सहजपणे, हसत पचवायची. आमच्या पोटच्या पोरांना बळ आल्यावर ती चारी दिशांना उडून गेली. पोरांमुळे संसार सुखाचा होता. दिवस कसे भराभर निघून गेले. आज ती असती तर, एवढ्या पावसात आम्ही दोघं एकमेकांना जवळ घेऊन थंडीला दूर पळवलं असतं. चिमणा-चिमणीनं समजूतदारपणानं माघार घेऊन, माफी मागून आपलं भांडण क्षणात मिटविलं. माझा गर्विष्ठपणा व अहंकारामुळे मी तिची कधीच माफी मागितली नाही. आता मी एकटाच राहिलो.

दूरवर उघडबोडका डोंगर पावसाच्या सरींमुळे व हिरव्यागार गवतामुळे आता उठून दिसत होता. चोहीकडे शांतता नांदत होती. सूर्य आता क्षितिजाकडे

जायच्या चढाओढीत होता. अंधार आपली चादर धीम्या गतीनं पृथ्वीवर पसरत होता. गार हवा मधूनच लवलवत्या गवताला चापटी मारून दूरवर निघून जात होती. पक्षी दमूनभागून निवाऱ्याकडे पोहोचले होते. आता सर्वत्र अंधार पसरला. पक्षी एकमेकांना बिलगून गाढनिद्रेमध्ये झोपी गेले. भारद्वाज एकटाच थंडीनं कुडकुडत आपलं अवसान हरवून फांदीचा आधार घेत पश्चात्तापदग्ध मनानं झोपी गेला.

तात्पर्य - द्वेष, गर्व नसावा. प्रेमाने आयुष्य सुंदर होते.

'गीर' जंगल

आणि इतर गोष्टी

मधुमती शिंदे

हे पुस्तक **माझं** आहे.

....

....

मेहता पब्लिशिंग हाऊस

GEER JUNGLE ANI ITAR GOSHTI
by Madhumati Shinde

गीर जंगल आणि इतर गोष्टी / बालसाहित्य
मधुमती शिंदे, २२४/ई, ताराबाई पार्कसमोर
शिंदे बंगला, कोल्हापूर ४१६ ००३

प्रकाशक : सुनील अनिल मेहता
मेहता पब्लिशिंग हाऊस, १९४१, सदाशिव पेठ,
माडीवाले कॉलनी, पुणे ३०
☎ ०२०-२४४७६९२४
E-mail : author@mehtapublishinghouse.com
Website : www.mehtapublishinghouse.com

मुद्रक : स्पेक्ट्रम ऑफसेट, एरंडवणा, पुणे ०४

प्रथमावृत्ती : एप्रिल २०१९

मुखपृष्ठ व आतील चित्रे : सरदार जाधव

पूर्ण संचाची किंमत : ₹ ३५०

ISBN : 9789353172220

पाच पुस्तकांचा संच

'गीर' जंगल

दिवेलागण होऊन बराच वेळ झाला होता. साऱ्या गावावर शांतता पसरली होती. नाही म्हणायला एखाद्या कुत्र्याचा आवाज अधूनमधून उठत होता. वाऱ्याच्या झुळकीबरोबर गावातील मारुतीच्या देवळात चाललेल्या भजनांचा अस्पष्ट सूर केव्हातरी कानांवर पडत होता. हे छोटंसं खेडं 'गीर' जंगलाच्या जवळ वसलेलं होतं. जेमतेम तीनशे ते चारशे लोकवस्ती होती. आदिवासी लोक त्यांचा गुजारा थोडीफार बाजरी, कडधान्ये ही पिके व पर्यटकांना जंगलाचा फेरफटका मारून आणणे यावर करीत. लहान मुलांना जंगली जनावरांची भीती नव्हती. गरिबीमुळे परिस्थितीशी सामना करायचे गुण त्यांच्यात जन्मत:च होते. शाळेचा तर गावात नावनिशाणाही नव्हता. लिहिता-वाचता येणारा एखादा मनुष्य मिळाला, तरी त्या गावाचं नशीबच. 'गीर' हे जगभर सिंहांची वस्ती म्हणून नावाजलेलं जंगल. ते देखणं जनावर, भारताचं व 'गीर'चं वैभव वाढवतं. अनेक देशांतून पर्यटक फक्त या वनराजाला पाहायला येथे येतात. झाडाझुडपांनी नटलेलं हे जंगल आहे. त्यात अनेक तऱ्हेची हरणं, ससे, लांडगे व छोटे-छोटे प्राणी दिसून येतात.

उन्हाच्या तडाख्यापासून बचाव करायला एका मोठ्या वृक्षाखाली एका कातळावर सिंह आपले पुढचे दोन्ही पाय लांब करून आकाशात एकटक पाहत होता. तो गहन विचारात होता, असं बघणाऱ्याला वाटतं. ससा व त्याचं कुटुंब दबेपावलांनी त्याच्यासमोरून त्याची नजर चुकवून जायच्या प्रयत्नांत असतं; पण सिंहांचा चिंताग्रस्त चेहरा बघून थबकतं.

ससा म्हणतो, ''राजा, मुजरा! आज काय दु:खी मनानं बसलाय. कुठल्या गहन विचारात मग्न आहात?''

सिंह आपली आयाळ हलवत त्याच्याकडे खाली बघतो व म्हणतो, ''ही जंगलातली आदिवासी, निष्पाप माणसं त्या शहरी माणसांना भुलली आहेत. जिवाची पर्वा न करता पर्यटकांना हे जंगल दाखवतात. पर्यटक रुबाबात गाडीत बसून दूरवरून मला दुर्बिणीतून पाहतात व मला पाहून जोरजोरात ओरडतात, 'तो बघा सिंह... तो बघा सिंह!...' त्यांचा कोलाहल या नीरव जंगलाची शिस्त भंग करतो. प्लॅस्टिकच्या पाण्याच्या बाटल्या, प्लॅस्टिकच्या पॅकेटमधून खायला आणतात नि खाऊन झाले की, इथेच झुडपात टाकून निघून जातात. कालच एका हरणाच्या मादीनं ती हिरवी पिशवी चारा म्हणून चघळली व ती रात्रीपासून कळवळत आहे. मनुष्य चैनी व स्वार्थासाठी- पैशासाठी कुणाचाही विचार करत नाही. सृष्टिदेवतेचा तो पावलोपावली अपमान करत चालला आहे.''

ससा म्हणतो, “राजा, तुझ्या नावाला शोभेल असाच तू आहेस. म्हणूनच जग तुला ‘जंगलचा राजा’ म्हणतं. किती सर्वांचा विचार करतोस! आता या मनुष्यप्राण्याचा हात कुणी धरू शकत नाही. तो जल, पृथ्वी, आकाश जिंकायला निघाला आहे. त्या इलेक्ट्रॉनिक माध्यमांमुळे तो स्वत:ला श्रेष्ठ समजत आहे. हे आदिवासी लोक आपल्या आजूबाजूला हिंडतात, ते किती विश्वासानं! त्यांना तुझी किंवा जंगलाची भीती नाही. त्यांना शहरी वातावरणाची झळ लागली नाही, म्हणून ते आपल्याला प्रिय आहेत. भारत सरकारनं एक चांगलं काम केलं आहे, की जंगलात कुणीही शिकार करू शकत नाही, त्यामुळे आपला जीव जाण्याची भीती नाही.”

जंगलाला लागूनच असलेल्या आदिवासी वस्तीमध्ये ‘सुखा’ व त्याची पत्नी ‘कांता’ आपल्या दोन पोरांच्या संगे शेतीची राखण करीत होते. शेंगा पूर्ण भरल्या. वेलीवरच्या कोवळ्या पानांना पिवळी

कड मारू लागली, तशी सुखाची काळजी वाढली. त्याला हरणाची किंवा सशाची काळजी नव्हती; कारण या मुक्या प्राण्यांना जाण होती. पण हे पर्यटक गाडीतून जाता-येता एक-दोन वेळा सहज हातांनी शेंगा उपटायचे. सोलून 'व्हेरी गुड' म्हणून तोंडात टाकायचे. हे पाहून सुखाच्या पोटात गोळा उठे. तो इंग्लिशमध्ये त्या पर्यटकांना 'नो... नो' म्हणायचा; पण पर्यटक कुचेष्टेनं हसत व त्याच्या हातात एखादी नोट कोंबायचे व खाऊन उरलेलं अन्नपण द्यायचे. सुखा हा फार स्वाभिमानी. राहिलेलं अन्न दिलेलं बघून त्याला आपल्या गरिबीचं दुःख व्हायचं; पण नाइलाजानं तो आपल्या दोन्ही मुलांना ते द्यायचा.

कांता म्हणाली, "कशाला देतोस त्यांचं उष्टं? आपली पोरं काय जड झाली आहेत? पोटभर बाजरीची भाकरी व भाजी मिळते, त्यात आपण राहू शकतो. हे चोचले आपल्याला झेपणार नाहीत."

सुखा म्हणाला, ''अगं, नवनवीन पदार्थ या रंगीबेरंगी पिशव्यांमध्ये बघून पोरांच्या तोंडाला पाणी सुटतं व त्यांचं कुतूहल जागं होतं. आपण त्यांना आणून देऊ शकत नाही म्हणून हे मस्तीनं टाकलेलं अन्न मी त्यांना नाइलाजानं देतो.''

कांता म्हणाली, ''पोरं त्या गाड्यांच्या पाठीमागे हावऱ्यासारखी पळतात, हे बघून मला त्यांची दया येते.''

सुखा म्हणाला, ''मला माझ्या पिकांची काळजी. यंदा पीक हातात पडेल का नाही याची शाश्वती नाही. पीक यंदा नजर लागण्यासारखं आलंय; पण हे पर्यटक हा माझ्या पिकांचा सर्वांत मोठा शत्रू आहेत. पशुपक्षी, जनावरं बरी. त्यांना माझ्या परिस्थितीची जाण आहे; पण या पर्यटकांना नाही.''

सिंह आपलं अजस्त्र शरीर घेऊन खाली उतरतो. आता ऊन तापत असतं. त्याच्या अंगाची लाही-लाही होते.

त्याच्या गुहेपासून थोड्याच अंतरावर एक छोटासा, अर्धा-कोरडा पडलेला तलाव असतो. त्यात तो जाऊन आपली तहान भागवतो. पाणी पिऊन तो वर येतो, तर त्याला हरणांचा कळप चाललेला दिसतो. सिंहाला बघून ती भित्री जनावरं स्तब्ध होऊन जरा वेळ एकटक सिंहाकडे बघतात. आता कुणाचा मृत्यू येणार, या विचारात ती असतात.

सिंह म्हणतो, ''पाणी प्यायला आलोय. या उन्हामुळे तुमचीपण जिवाची लाही-लाही झाली आहे ना? पोटभर पाणी प्या. मी तुमची शिकार करणार नाही. घाबरू नका मला. मी तुमचा हितचिंतक राजा आहे.''

हरिण म्हणते, ‘‘आज तू मरगळलेला दिसतोस. बरं नाही का? नेहमी कसा ताजातवाना, झेप घ्यायला सतत उत्साही; पण आज का नाहीस?’’

सिंह म्हणतो, ‘‘मला त्या पर्यटकांमुळे अतोनात त्रास होतो. त्यांच्या गाड्यांची घरघर, तो माणसांचा कोलाहल... यामुळं माझं डोकं ठणकतं. रात्रंदिवस माझ्या आजूबाजूच्या गाड्यांच्या दिव्यांचा झोत माझ्या डोळ्यांवर येतो; त्यामुळे माझी दृष्टी पण कमजोर होऊ लागली आहे, असं मला वाटतं.’’

हरिण म्हणतं, ‘‘तू तुझ्या गुहेत बसत जा.’’

सिंह म्हणतो, ‘‘मी आत बसलो, तर ती आदिवासी पोरं काठ्या घेऊन त्या पर्यटकांना माझ्या गुहेशेजारी आणतात व बॅटरीचा प्रकाश पाडून मला

हुसकावतात. मी या जंगलाचा राजा आहे, हे परमेश्वरानं बनवलेलं चित्र जे आता हतबल झालं आहे, असं मला वाटतं. मनुष्य मोठमोठाले डोंगराचे पाषाण इलेक्ट्रिक मशिननं फोडून रस्ते बनवत आहे. त्यामुळे डोंगरही हळूहळू निखळत आहेत. त्यावरची झाडं पण उन्मळून पडत आहेत. हे सर्व माझ्या अवतीभोवती पाहून मला मनुष्याचा अतोनात राग आला आहे. परमेश्वर कधीतरी त्याला सद्बुद्धी देवो. नद्या, घनदाट जंगल, सुपीक जमीन असा संपन्न खजिना यांना लाभला आहे. वृक्षतोड, खाणकाम व नागरी वस्तीच्या आक्रमणामुळे आपलं अस्तित्व धोक्यात आहे. मनुष्य मन:शांतीसाठी अमाप पैसा मोजून निसर्गाकडे वळला आहे. आपणच झाडं तोडून निसर्गाचा सत्यानाश करत आहे. निसर्ग जो शांत व स्वच्छ आहे, त्याला तो गलिच्छ करू लागला आहे; पण या मूर्ख माणसाला हे कळत नाही, की पैशाच्या हव्यासापोटी व ऐषारामासाठी सृष्टिदेवतेनं दिलेल्या हिरव्यागार वनराईला तो भुईसपाट करत आहे. तो स्वत:पण शांतीनं जगत नाही व पुढच्या पिढीचा पण विचार करीत नाही व वन्य जीवांनाही जगू देत नाही. हा मनुष्यजीव अतिहुशार की मूर्ख, असं मला वाटतं.''

तात्पर्य - पशुपक्षी व निसर्गाचे संरक्षण करा.

आधार

ऊन कललं होतं, तरी त्याचा ताव कमी झाला नव्हता. त्या तावात सारी धरणी पोळून निघाली होती. गावाबाहेरचा माळ त्या उन्हात तावत होता. माळावर झळा उठत होत्या. तरीही हिरवीगार शेती दिमाखात उभी होती. सूर्य प्रतिस्पर्धी असूनही पृथ्वीला ती गारवा द्यायचा प्रयत्न करीत होती. माळातून गेलेली एक तांबडी पायवाट उठून दिसत होती. वाटेच्या दोन्ही हातांना नारळाची टवटवीत, लांब पानांची झाडे फळांनी लगडलेली होती. बाहेर पडलेल्या नारळाच्या सावलीत धापा टाकत एक डुकराचं पिल्लू बसलं होतं. गावातील दोन कुत्री भुंकत त्याच्या पाठीमागे लागली होती. कसंबसं त्यांना चुकवून ते गावाबाहेर असलेल्या माळावर पोहोचलं. दमूनभागून व भयभीत झाल्यामुळे ते त्या झाडाखालच्या गारव्यामध्ये झोपी गेलं व झोपेतच ते नारळाच्या झाडाला जोरजोरात पाय आपटू लागलं. अचानक त्याच्या डोक्यावर जोरात एक नारळ पडला. त्याचबरोबर माकडांचा समूह झाडावर पेंगत बसला होता. त्यातल्याच एका मादीच्या हातातून एक बच्चा खाली आपटला. आपटल्यामुळे तो बच्चा जोरजोरात ओरडायला लागला. मादी चवताळून खाली आली. आल्या-आल्या ती डुकराच्या पिलाच्या

सणसणीत दोन थोबाडीत मारते. तिला वाटतं की, त्या डुकरानंच झाड हलवलं व खाली पडून तिच्या पिलाला दुखापत झाली.

डुकराचं पिलू भयभीतपणे म्हणालं, ''मी तर गाढझोपलो होतो. मी कसा तुझ्या पिल्लाला खाली पाडेन? माझ्या डोक्यात पण केवढ्या जोरात नारळ पडला व रक्तपण वाहू लागलं आहे. मला ना आई, ना बाप. म्हणून मी एकटाच गावातल्या वांड कुत्र्यांपासून बचाव करून इथे येऊन झोपलो.''

माकडिणीला त्याची दया आली व पश्चात्ताप झाला. ती म्हणते, ''चुकलं लेका. तुला आई नाही हे मला आता कळलं. तू आता गावात जाऊच नकोस. या नारळाच्या जवळपासच राहा.''

डुक्कर म्हणतं, ''खरंच, आईचं प्रेम किती विशाल! ती किती दयाळू व प्रेमळ असते, हे तुझ्या बोलण्यावरून कळलं; पण मी इथे बागेत राहिलो, तर माझं पोट कसं भरणार? गावात गेलो तर भीती आहे. माझ्या आई-वडिलांना पण या गावच्या वांड कुत्र्यांनी मारून टाकलं. मी कसाबसा त्यांच्या तावडीतून सुटून तुझ्यासमोर आहे.''

आजूबाजूच्या झाडांवर बसलेली माकडे हा कोलाहल ऐकून त्यांच्याभोवती जमा होतात. त्यांतलं एक वयोवृद्ध माकड म्हणतं, ''लेका, माणसाच्या वस्तीत एकटं राहणं सोपं नाही. तुझं प्रेमाचं छत्र तू हरवलंस, म्हणून त्यांच्या प्रेमाची तुला जाणीव होती. आमच्या मुलांचं आम्ही रात्रंदिवस संरक्षण करतो. त्यांना आयती फळं खायला देतो. माणसाच्या वस्तीत गेल्यावर आपला बचाव करायला व समूहातच राहिलं की शत्रूपासून बचाव होतो, हे शिकवतो; पण आमच्या मुलांना आमची कदर नाही. आम्ही उपदेश केला की ती म्हणतात, 'तुमचा काळ वेगळा होता,' असं म्हणून हसण्यावारी नेतात व स्वत: अतिहुशार असल्याचं भासवतात; पण कठीण परिस्थितीत आमचा आधार घ्यायला विसरत नाहीत. तू पोरका आहेस आणि तुला आयुष्याचं मार्गदर्शन करायला कुणीच नाही. तू मोठा होईपर्यंत आम्हीच तुझा सांभाळ करू.''

सर्व माकडांना उद्देशून वयस्कर माकड म्हणतं, “तुम्ही सर्व जण याची काळजी घ्याल ना?”

डुकराच्या डोळ्यांतून अश्रू वाहू लागतात. ना माझ्या जातीत, ना संगतीत, तरी अजाण असून मला या लोकांनी आधार दिला. रात्र जसजशी चढत गेली, तशी सर्वांना विश्रांतीची गरज भासू लागली. हळूहळू एकेका माकडानं काढता पाय घेतला व आपापल्या झाडावर जाऊन झोपी गेली. ती माकडाची मादी मात्र आपल्या पिल्लाला व डुकराला जवळ घेऊन नारळाच्या झाडाला टेकून झोपी गेली.

थंडीचे दिवस. भल्या पहाटेची वेळ होती. फिका चंद्र आकाशात दिसत होता. पूर्वेला सोनेरी सूर्याची किरणं ढगांमधून बाहेर येण्याचा प्रयत्न करीत होती. तसं पाहायला गेलं, तर सर्व जग अंधूकच होतं. त्या अंधूक प्रकाशातच माकडांचा कळप हळूहळू जागा झाला. त्या वृद्ध माकडानं डोंगरमाथ्यावर बहरून आलेल्या फळांच्या बागेत जायचं ठरवलं. त्या धुक्यातून त्यानं दूरवर पाहिलं, तर अजूनही माणसाची चाहूल दिसत नव्हती.

वृद्ध माकड डुकराला उद्देशून म्हणालं, ''आम्ही तुझ्यासाठी फळं आणतो. संध्याकाळ व्हायच्या आत आम्ही परत येऊ. तू कुठेही जाऊ नकोस.''

सर्व माकडे डोंगरमाथ्यावरून झरझर पावलं टाकत टापू उतरू लागली. सारं शिवार वाटाण्याच्या शेंगा, भाजीपाला व केळीच्या हिरव्यागार रोपांनी सजलेलं

होतं. हे सर्व पाहून माकडं आनंदित झाली व आज चांगलीच मेजवानी मिळणार याची खात्री वाटून त्यांनी एक-एक करून फळांच्या व शेंगांच्या बागेत जाऊन बसकण मारली. बेटावरच्या पांढऱ्या बगळ्यांचा थवा आभाळात चुरमुरे विस्कटावेत तसा गेला व शिवारात धुडगूस घालू लागला. खाण्यापरास यांचं नुकसान दांडगं. थोड्या काळातच सारा बगीचा साफ झाला. गोफणीनं शेतकऱ्यानं दगड मारला की ते उंच झाडाच्या शेंड्यावर इकडे एक पाय व तिकडे एक पाय सोडून साहेबासारखं बसायचे व दात विचकून माणसालाच ते किती हुशार आहेत ते दाखवायचे. थंडीचा मोसम म्हटलं की, पशू-पक्षी, मनुष्यप्राणी यांना सकस व ताजं अन्नधान्य भरपूर मिळतं.

डुकरानं आता थोडासा आळस झटकला व उंचवट्यावर येऊन नजर टाकली. माकडांचा कळप त्याला दिसेनासा झाला. सूर्याच्या पहिल्या किरणांनी

सारी सृष्टी लगबगीनं जागी झाली. त्या सृष्टीचं मोहक रूप पाहून डुकराला तरतरी आली.

तांबडा रस्ता त्यानं नदीपर्यंत न्याहाळला. रस्त्यावर कुणीसुद्धा नव्हतं. रस्ता सुनसान होता. माकडानं सांगितलेला आदेश तो विसरून गेला. रसरशीत तरुण रक्त असल्यामुळे त्यानं त्याची पर्वा केली नाही. त्यानं ठरवलं, की आता नदीवर जायचं. खरचटलेलं अंग पाण्यात धुऊन काढायचं; मनसोक्त डुंबायचं, या विचारातच हळूहळू त्याची पावलं नदीकडे वळली. सारे मळे उघडे पडले होते.

बेटावरील हिरवीगर्द झाडी दिसत होती. ऊन चढायच्या आत तो भरभर पावलं टाकीत पाण्यात उतरला. पाण्यात पाय टाकताच त्याला बरं वाटलं व तो मनसोक्त डुंबू लागला. बराच वेळ तो गार पाण्यात बसून राहिला. त्याच्या डोक्यात अनेक विचार थैमान घालत होते. ही माकडाची जात- मला सांभाळेल का? लोक म्हणतात, त्यांचा एका ठिकाणी वास नसतो. ती आज इथं तर उद्या तिथं. संध्याकाळी ती येतील याची त्याला शाश्वती वाटत नाही. गावात जाऊन आपल्या बांधवांच्या कळपात राहिलेलं बरं. याच विचारात मग्न असताना त्याच्या

कानांवर कुत्र्यांच्या भुंकण्याचा आवाज ऐकू आला. दोन-चार कुत्री डुकरांच्या पाठीमागे लागलेली होती व डुकरांचा कळप अधूनमधून त्या कुत्र्यांवर चाल करीत होता. भुंकून-भुंकून कुत्री डुकरांसमोर नि:शस्त्र झाली व आल्या वाटेनं परत गेली. घामाघूम झालेली डुकरं माळावर आली व त्या निळ्याशार शांत पाण्यात त्यांनी स्वत:ला झोकून दिले. डुकराच्या पिल्लाला पाहून ती डुकरं त्याच्याजवळ पोहत आली.

एक डुक्कर म्हणालं, ''कुठं होतास? किती शोधलं आम्ही तुला. कळप सोडून आईला हुडकायला गेला होतास का? तुझी आई आता नाही. ती देवाघरी गेली. आम्हीच तुझे रक्षणकर्ते. यापुढे कळपातच राहा.''

डुक्कर म्हणतं, ''माझ्या पाठीमागे गावातली वांड कुत्री लागली होती. कसाबसा त्यांच्यापासून नजर चुकवून मी नारळाच्या झाडाखाली घाबरून बसलो होतो. तेव्हा त्या माकडांनी मला बरीच मदत केली व आधार दिला. तीपण माझी

काळजी घेतील, हा वायदा करून गेली. मी पोरका म्हणूनच परमेश्वरानं तुम्हाला व माकडांना माझं रक्षण करायला पाठवलं. आता मी कधीच तुम्हाला सोडून दूर जाणार नाही. तुमच्या छत्राखालीच राहीन.'' हवा पुन्हा उत्साहभरी झाली. डुक्कर पण आनंदानं साथी मिळाल्यामुळे डोलू लागलं; कारण एक आधार त्याला मिळाला.

तात्पर्य - कळपाच्या आधारे संकटांवर मात करू शकतो.

परमेश्वराची देण

कृष्णेच्या काठी पैलतीरी वसलेलं गाव. घनदाट साग आणि चंदनाची झाडी. डोंगरात हरणांची, मोरांची वस्ती. सगळी बागायत जमीन. उसाचं पीक अमाप. तिथे ग्रामदैवत नीलकंठेश्वराचं मंदिर. दगडी, हेमाडपंती. त्याचं आकाशाला भिडणारं शिखर. या सगळ्या आवारात असणारे असंख्य मोर शिवारात फिरून मियाँव मियाँव करीत, डोंगर चढून, पंख झाडत, चिंचेच्या बनात उतरतात. आता पहाट अवतरली. ती सूर्यकिरणांच्या संगतीत खेळत होती. सोनपंखी सकाळ व वारा सकाळपासून बांबूच्या बेटातून जाताना जोरजोरात शिट्ट्या फुंकत होता.

बांबूच्या बनाला लागूनच शिवारात विठूची झोपडी होती.

विठू आपल्या आंधळ्या आईबरोबर राहत होता. त्याचे वडील ऊसवाहतूक करणाऱ्या ट्रकच्या खाली सापडून एक वर्षापूर्वी वारले. विठूला शाळेची अतोनात

गोडी होती. त्याला खूप शिकून मोठं व्हायचं होतं. त्याच्या वडिलांची पण हीच इच्छा होती; पण नियतीसमोर कुणाचेच काही चालत नाही, हेच खरे. शाळेत त्याचा अभ्यास बघून सारे मास्तर खूश होत. त्याचे वर्गशिक्षक शंकर मास्तर तर त्याला आपल्या मुलासमान वागणूक देत. तोपण शाळा सुटली की, त्यांच्या घरी जाऊन त्यांचे घर व अंगण स्वच्छ करून देई व त्यांच्या घरीच अभ्यास करून तिन्हीसांज व्हायच्या आत तो घरी जात असे.

आज शनिवार. पहाटेच विठू लवकर उठून म्हशीला वैरण टाकून, दूध काढून डेअरीमध्ये दूध विकून आला. आल्या-आल्या त्याने चूल पेटविली. भात-आमटी रांधली. आईचे कपडे धुऊन तो शाळेला जायला निघाला. शाळेच्या घंटेचा आवाज ऐकून विठू लगबगीने आपले दप्तर पाठीवर घट्ट आवळून शाळेमध्ये पोहोचला.

शंकरमास्तर त्याला म्हणाले, "विठू, तुला शाळेत यायला जरा वेळ झाला तरी चालेल. घरातलं सगळं काम आवरून, आईचं जेवण रांधून यावं लागतं तुला. शनिवारी तुझी जरा धावपळच होते म्हणून."

विठू म्हणाला, "गुरुजी, आज मला उठायलाच वेळ झाला. काल रात्रीपासून आई आजारी आहे. तिचं औषध आणायला दुसऱ्या गावात जावं लागलं. दूरवर चालत गेल्यामुळे आज पायही दुखत आहेत व आळसपण भरला आहे."

गुरुजी त्याच्या पाठीवर हात फिरवत म्हणाले, "तू जेवढी आता आईची मन:पूर्वक सेवा करतोस, कष्ट घेतोस, त्याचं तुला नक्कीच चांगलं फळ मिळेल. दु:खानंतर सुख हे मिळायलाच पाहिजे, हा दैवाचा नियमच आहे."

सुटीची घंटा झाली. शंकर मास्तरांनी नि:श्वास सोडला. शंकर मास्तर तसे शरीराने थकले होते. तेच ते परिपाठ वर्षानुवर्षे शिकवून कंटाळले होते. शंकर मास्तरांनी विठूला हाक मारली. विठूने दप्तर खांद्याला अडकवले व मास्तरांबरोबर शाळेचे आवार सोडून गावाची वाट धरली. आता त्याची पावले

शंकराच्या मंदिराकडे वळली. शंकराचे देऊळ तसे म्हटले, तर गावापासून जरा दूर. आजूबाजूला चिंचेची व वडाची झाडे मनसोक्त पसरली होती. त्यांच्या शेजारून कृष्णा नदी- तिचे ते भले मोठे पात्र- गावाला वळसा घालून संथ गतीने वाहत होती. तिच्या दोन्ही बाजूंनी हिरवीगार उसाची शेती गावाचे वैभव वाढवत होती. विठूने आपली छोटीशी चटई मंदिराच्या दारात अंथरली व तो तन्मय होऊन भजन म्हणू लागला. 'उघड दार देवा आता. उघड दार देवा...' त्याला भजनाची अतोनात गोडी होती. त्याचे वडील विठ्ठलाचे भक्त होते, म्हणून त्याचे नाव विठ्ठल ठेवले. येता-जाता लोक त्याला कुणी दुधाची पिशवी, कुणी फळे, तर कुणी पैसे देत. त्याने त्या दानाला कधीच नकार दिला नाही. मिळालेल्या दानातून तो आठवडाभर भाजीपाला आणत असे. त्याचे कपडे व पुस्तकेसुद्धा दुसऱ्यांनी दिलेलेच असायचे. आईकडेसुद्धा त्याने कधी कुठल्या गोष्टीचा हट्ट केला नाही. परिस्थितीची जाण त्याला लहान वयातच होती. त्याचे भजन लोक एकचित्ताने उभे राहून ऐकत. त्याचे ते मधुर सूर साऱ्या परिसरात विलीन होत.

दिवेलागणीची वेळ झाली. विठ्ठलाला देवाच्या दारातून उठावेसे वाटत नव्हते. तो एकापाठोपाठ एक भजने म्हणतच होता. तेवढ्यात त्याच्या पाठीवर कुणीतरी थाप मारली. भजन थांबवून त्याने वळून पाहिले, तर ते गावचे पाटील होते. पाटील म्हणाले, ''विठू, सुरेख कंठ तुला परमेश्वरानं दिला आहे! भजन ऐकताना डोळ्यांतून घळघळा पाणी वाहतं. तू पुढे एक मोठा गायक होशील.''

विठू त्यांच्या पाया पडला व म्हणाला, ''पाटील, मी गरीब बेसहारा मुलगा. माझं गाणं तुम्ही ऐकता, हेच माझं भाग्य. माझी तीव्र इच्छा आहे की, मी खूप मोठा गायक व्हावं व इंडियन आयडॉलमध्ये माझं नाव यावं. कित्येक होतकरू मुलांना हे व्यासपीठ मिळालंय. त्यात माझा नंबर लागला तर माझं भाग्य.''

पाटील म्हणतात ''स्वप्नं मोठी ठेव. माझ्याकडून होतील तेवढे प्रयत्न मी करेन.''

श्रावणातल्या सुखद गारव्याने अंगावर शिरशिरी जाणवत होती. रविवारचा दिवस होता. विठूने रानातून वैरण आणून म्हशीसमोर टाकली. चुलीवरच्या भांड्याचे झाकण उघडून दोन भाकऱ्या घेतल्या. भाजी नव्हती म्हणून त्याने भाकरीवर तेल, कांदा घेतला. झोपडीच्या दारात भजन म्हणत बघता बघता दोन्ही भाकऱ्या संपवून तो झोपडीच्या बाहेर पडला.

आकाश नितळ, एकसुरी रंगामुळे नीरस, निराकार वाटणारे. पक्ष्यांच्या किलबिलाटाच्या जोडीला वानरांचा हुप्प हुप्प आवाज येत होता.

आज मंदिरात सत्यनारायणाची पूजा होती. तिथे विठूला भजन म्हणण्यासाठी गावातल्या लोकांनी बोलावले होते. विठू हिरव्यागार उसाच्या शेतातून आपली पावले टाकत टेकडीच्या उताराला आला. शिवाराच्या आवारातच एक वडाचे झाड पसरले होते. त्याच्या पारंब्या जमिनीला टेकल्या होत्या. झाडाजवळ ग्रामदैवत महादेवाचे कोरीव मंदिर होते. पारंब्यांच्या आकाराचे निळे पारवे पंख,

लांब, केशरी चोच, असलेले निळकंठ, खंड्या पक्षी निळ्या निरभ्र आकाशी संथपणे विहरत होते. आज त्या मंदिरात सत्यनारायणाची पूजा बांधली होती. समोरच्या चौथऱ्यावर मंडळी तबला, पेटी घेऊन विठूची वाट पाहत होती. देवाला नमस्कार करून विठूने आपले आसन घेतले व एकसुराने त्याने अनेक भजने म्हटली. लोक भजने ऐकण्यात मंत्रमुग्ध झाले.

संध्याकाळ होत होती. थंड हवेतील शीतलता खूपच वाढली होती. बघता-बघता सूर्यास्तानंतर ढग खाली उतरले. रस्त्यावरच्या दिव्यांभोवती चमचमते वलय तयार झाले, तसे विठूने भजन आवरते घेतले. अंधार धीम्या गतीने उतरत होता. त्याचे भान कुणालाच नव्हते. त्यातलाच एक सूट-बूट घातलेला मध्यम वयाचा माणूस उभा राहिला व म्हणाला, ''शाब्बास! विठू. उद्या तुला माझ्याबरोबर मुंबईला यायचं आहे.''

विठू आनंदाने त्या गृहस्थाच्या पाया पडला. त्याचे अश्रू त्यांच्या पायांवर पडले.

विठू म्हणाला, ''तुम्हाला देवानंच पाठवलंय. मी तुम्हाला स्पर्धेमध्ये नाराज करणार नाही; तसा प्रयत्न करेन.''

सगळ्या गावकऱ्यांनी आनंदाने टाळ्या वाजवल्या. प्रत्येकाने त्याला यथाशक्ती मुंबईला जाण्याकरिता आर्थिक मदत केली.

स्पर्धा सुरू झाल्या. विठूचे नाव पुकारले गेले. आपले जुनेच पण स्वच्छ कपडे घालून विठूने देवाचे स्मरण करून एक सुरेख भजन म्हटले. -

'देवा दया तुझी ही की शुद्ध दैवलीला
लागो न दृष्ट माझी माझ्याच वैभवाला...'

त्याच्या आवाजातील दर्द पाहून जज्ज लोक उठून उभे राहिले व टाळ्यांच्या कडकडाटात अंतिम फेरीत विठूची निवड झाल्याचे त्यांनी जाहीर केले.

अंतिम फेरीत विठू पहिला आला. त्याची आईही तिथे उपस्थित होती. त्याला विचारले गेले, "तुझे गुरू कोण?"

विठू डोळ्यांतल्या आनंदाश्रूंनी सांगतो, "निसर्ग व परमेश्वर."

"या बक्षीस मिळालेल्या रकमेचं तू काय करणार?"

विठू आईकडे बोट दाखवून म्हणाला, "माझी आई अंध आहे. उत्तम डॉक्टरांकडे तिच्यावर उपचार करवून तिची दृष्टी परत मिळवेन; म्हणजे ती स्वावलंबी होईल."

पुन्हा टाळ्यांच्या गजरात विठू न्हाऊन निघाला. त्यानंतर त्याने आपल्या आईला मिठी मारली तेव्हा दोघांच्या डोळ्यांतून आनंदाश्रू वाहू लागले. सर्वांना नमस्कार करून विठू म्हणाला, "चांगल्यासाठी सतत संघर्ष करणं, हेच जिवंतपणाचं लक्षण आहे."

परत टाळ्यांचा कडकडाट. सभागृह आनंदानं न्हाऊन निघालं.

तात्पर्य - परमेश्वराची देणगी ही सर्वांत श्रेष्ठ.